തൃഷ്ണഗാഥ

INSIGHT PUBLICA®

Nadakkavu, Kozhikode, Kerala, 673011
www.insightpublica.com
e-mail: insightpublica@gmail.com
Title: **Thrishnagatha**
(Malayalam Poems)
Author: **Biju Joseph**
Illustrations: Author
First Edition: July 2022
Book Design: kjvj@insight

Printed and Published by
InsightinPublica Printers & Publishers Pvt. Ltd.
ISBN 978-93-5517-110-8

തൃഷ്ണഗാഥ

ബിജു ജോസഫ്

INSIGHT PUBLICA®

സമർപ്പണം

പ്രണയത്തിന്റെ നിലാവ് കാണിച്ചു തന്ന തങ്കച്ചിക്ക്.

കാസർഗോഡ് ജില്ലയിൽ കരിവേടകത്ത് പരേതനായ പയ്യനാട്ട് അപ്പച്ചന്റെയും മേരിക്കുട്ടിയുടെയും മകൻ. ബളാംതോട് ഗവ.ഹയർ സെക്കണ്ടറി സ്കൂളിൽ സാമ്പത്തിക ശാസ്ത്രം അധ്യാപകൻ. ദേശീയ അധ്യാപകദിന സംസ്ഥാന കലോത്സവത്തിൽ കവിയരങ്ങിന് 4 വർഷം ജേതാവ്. പ്രഥമ കണ്ണൂർ സർവ്വകലാശാലാ കലോത്സവത്തിൽ മലയാളം കവിതാ രചനക്ക് ഒന്നാം സ്ഥാനം. ആദ്യ കവിതാ സമാഹാരം: കന്മരം (2011). ടി.എസ്. തിരുമുമ്പ് കവിതാപുരസ്കാരം (2015) ലഭിച്ചു. ഭാര്യ കെ.എൽ. പ്രീത. മക്കൾ : മന്ദ, നിള, മീര .

വിലാസം : ഹൃദ്യം, പുളുവിഞ്ചി, കുറ്റിക്കോൽ പി.ഒ. 671541

email : payyanbiju@gmail.com

ബിജു ജോസഫ്

നന്ദി

'കൊച്ചു കാറ്റിന്റെ കൊതുമ്പു
വള്ളത്തിൽ നീ ഏറ്റി അയച്ച വിശിഷ്ട ഗന്ധങ്ങൾക്ക്"

ഒ.എൻ.വി

കഴിഞ്ഞ പത്തു വർഷങ്ങൾക്കിടയിൽ എഴുതിയ 35 കവിതകളാണ് തൃഷ്ണഗാഥയിലുൾപ്പെടുത്തിയിട്ടുള്ളത്

കവിതയുടെ കനലടുപ്പിൽ ഊതി ജ്വലിപ്പിച്ച നാളങ്ങളുണ്ട്. പാതി കത്തിയ വാക്കുകളുണ്ട്. തീമറന്ന കരിക്കട്ടകളുണ്ട്. ചാമ്പലായ ചിന്തകളുണ്ട്.

ഒറ്റക്കോലം കയറിപ്പോയ തീക്കുന്നിൽ നിന്ന് കാറ്റടിക്കുമ്പോൾ പറക്കുന്ന കവിതയുടെ നക്ഷത്രങ്ങൾ കട്ടെടുത്ത് എന്റെ സ്വപ്നങ്ങളോടും ഗൃഹാതുരതയോടും സാമൂഹ്യാകുലതയോടും സകലവിധ കാമനകളോടും വിളക്കിച്ചേർത്തതാണ് തൃഷ്ണഗാഥ. എന്റെ വട്ടെഴുത്തുകളെ കവിതയിലേക്ക് പരിവർത്തനപ്പെടുത്തിയ സുഹൃത്തുക്കളെ സ്നേഹപൂർവ്വം സ്മരിക്കുന്നു. ഈ പുസ്തകപ്പെടുത്തലിലേക്ക് എന്നെ നയിച്ച പ്രിയ എഴുത്തുകാർ മാധവൻ പുറച്ചേരി, രാജേഷ് കരിപ്പാൽ, പത്മനാഭൻ ബ്ലാത്തൂർ മണികണ്ഠദാസ് മുതൽപ്പേരെയും, നിരന്തരം പ്രോത്സാഹനം നൽകിക്കൊണ്ടിരിക്കുന്ന സതീഷ് ഗോപി, ശാന്തകുമാരി പറമ്പിൽ, ഡോ. സിസ്റ്റർ ആൻസി (SH) തുടങ്ങിയ എല്ലാ സുഹൃത്തുക്കളെയും സുമേഷ് ഇൻസൈറ്റിനെയും നന്ദിപൂർവ്വം സ്മരിക്കുന്നു.

ബിജു ജോസഫ്

കവിതയുടെ അടയാളങ്ങൾ

മാധവൻ പുറച്ചേരി

ബിജു ജോസഫിന്റെ കുറെ കവിതകളാണ് എന്റെ മുന്നിലുള്ളത്. ഓരോ കവിതയും സ്വകാര്യമായി മിണ്ടുകയും ചിരിക്കുകയും ചെയ്യുന്നവ. ആദ്യ സമാഹാരമായ കന്മരത്തിൽ തന്നെ കതിർക്കനമുള്ള ചില കവിതകൾ സമ്മാനിച്ച കവിയാണ് ബിജു. ഒരാന്തരിക ലോകത്തെ കൊണ്ടുനടക്കാനുള്ള കരുത്ത് ഈ സമാഹാരത്തിലെ മിക്ക കവിതകളിലും കാണുന്നുണ്ട്. കയറാനും ഇറങ്ങാനും പല വഴികളുള്ളതാണ് കവിതയുടെ ജാതകം. ഒരു പെരുന്തുറവി നമുക്കിടയിലുണ്ടെന്ന് ബിജു ജോസഫ് തന്നെ തിരിച്ചറിയുന്നുമുണ്ട്. ഉത്തമ ഗീതത്തിലെടുക്കാതെ പോയ വരികളെ അന്വേഷിക്കലാണ് കവികർമ്മം. ആ ദൗത്യം ബിജുവിന്റെ കവിതകളിലുണ്ട്. എഴുത്ത് ഒരു ജൈവരൂപമാണ്. നിരന്തരം നവീകരിക്കാനുള്ള തിടുക്കമാണ് അതിന്റെ കാതൽ. ഈ കവിതകളിലൂടെ സഞ്ചരിക്കുമ്പോൾ ആ തിടുക്കം ഞാൻ തിരിച്ചറിയുന്നു.

'എത്ര കാറ്റടിച്ചാലും വീണു പോകാത്ത
ദുരൂഹതയുടെ ഒരു കുറ്റിച്ചെടി
അവളുടെ ഉദ്യാനത്തിലുണ്ടായിരുന്നു. '

അനവസരത്തിൽ തളിർക്കുകയും അകാലത്തിൽ പൂക്കുകയും ചെയ്ത് വിസ്മയിപ്പിച്ചത്.

'ഋതു രഹിതമായ ആ ഉദ്യാനം
അവളുടെ സ്വന്തമായിരുന്നു.
അവൾ എന്റെ സ്വന്തമായിരുന്നു.

ആകയാൽ എനിക്കുള്ളതത്രേ
തടവറിവുകളുടെ ഏഴാം കാല' മെന്നു കവി. വേറിട്ട ചിലത് പറയാനുണ്ട് എന്നതാണ് കവിയുടെ നിലപാട് തറ.

സമകാലിക ജീവിതാവസ്ഥ തരുന്ന ചില തിരിച്ചറിവു കളുണർത്തുന്ന കറുത്ത ഹാസ്യം പല കവിതകളിലുമുണ്ട്.

മുറിഞ്ഞ വാൽ
തറയിൽക്കിടന്ന്,
മുഷ്ടി ചുരുട്ടി മുദ്രാവാക്യം വിളിക്കുമ്പോൾ
ചുവരോട്ടത്തിനിടെ,
ഗൗളി ചിന്താധീനനാകുന്നു.
വാലാട്ടുമ്പോൾ തലയിരിക്കേണ്ടതുണ്ടോ'

വിചിത്രമെന്നോ, അസംബന്ധമെന്നോ തോന്നാവുന്ന ഒരു ചിരി വായനക്കാരനിലുണ്ടാവുന്നുണ്ട്. പ്രത്യയശാസ്ത്ര പ്രതിസന്ധികളെ, അവയിൽ നിന്ന് തലയൂരുന്ന അടവുകളെ ഇതിലധികം ലളിതമായി അവതരിപ്പിക്കുന്നതെങ്ങനെ. സിഗ്നലുകളുടെ വ്യാഖ്യാനം എന്ന കവിതയിലും ഈ ദിശയിലുള്ള ചില വ്യാഖ്യാനങ്ങളുണ്ട്.
'ചുവപ്പിനും പച്ചയ്ക്കുമിടയിലുള്ള നിമിഷങ്ങളിൽ മാത്രമേ
നിങ്ങൾ നിങ്ങളായിരിക്കൂ '

എന്ന മുന്നറിയിപ്പ് മനസ്സിൽ കൊള്ളുന്നുണ്ട്. കൊള്ളാനും കൊടുക്കാനുമുള്ള ചിലത് ഏത് മുൾച്ചെടിയും കാത്തുസൂക്ഷിക്കുന്നുണ്ട്. കവിത ചിലപ്പോളെങ്കിലും ഈ മുൾച്ചെടിയുടെ കാല ധർമ്മം നിറവേറ്റേണ്ടതുണ്ട്. കവി പ്രതിനിധാനം ചെയ്യുന്ന ഒരു മുൻതലമുറ അനുഭവിച്ച ഇല്ലായ്മകളുടെയും ഉള്ളായ്മകളുടെയും നഷ്ടസ്വർഗ്ഗങ്ങളെ ഓർമ്മപ്പെടുത്തുന്ന 'സർവ്വേക്കല്ലുകൾ' വെളിപ്പെടുത്തുന്ന നിക്കറിന്റെ മുറിവ് മനസ്സിന്റേതു കൂടിയാണ്.

'ഇറയത്തിന്നലെ
ഉണക്കുവാനിട്ട
ഇരട്ടവാൽ നിക്കർ
നിരങ്ങിക്കീറിയ മുറിവുണങ്ങാതെ '

ചിരിയുടെ വരികൾക്കിടയിൽ തേങ്ങലുകളൊളിപ്പിച്ച 'ഉപ്പോർമ', ഒരധികമാനം കൈവരിച്ച രചനയാണ്. ഒരോ കവിതയ്ക്കുമുണ്ടായിരിക്കും അതിന്റേതായ ചിലയോർമ്മകൾ. ഉള്ളിലടക്കിപ്പിടിച്ച തേങ്ങലുകളാണ് കവിയുടെ പൈതൃകം തന്നെ. ശോകത്തിൽ നിന്നുണ്ടായ ശ്ലോകം

ആദികവിയുടെ മാത്രം അനുഭവമല്ല. എക്കാലത്തെയും കാവ്യാനുഭവമാണത്. അമ്മയെന്ന അടുക്കള ദുരന്തത്തെ ഗൃഹാതുരമായി അടയാളപ്പെടുത്തുന്നു 'ചെലപ്പം തോന്നലാരിക്കും' എന്ന കവിത. പെൺനൊമ്പരങ്ങളോടും പെൺനോട്ടങ്ങളോടും ആശയ സമരങ്ങളോടും തോൾ ചേരുന്നുണ്ട് ' ദ്രൗപതി @ ഉടുതുണി മെമ്മറീസ് ' എന്ന കവിത.

'അരക്ഷിതയുടെ അലർച്ചകളിൽഔദാര്യത്തിന്റെ കല്യാൺ സിൽക്കുമായി
കതകിനപ്പുറം മറഞ്ഞിരിക്കുന്നകൈകളേ
കളിക്കടവിൽവച്ച്
ഉടുതുണി പോയ പെണ്ണുങ്ങളുടെ
കൂട്ട വേവലാതിയിൽ
ഒരു കീറത്തോർത്ത്
ശ്വാസംമുട്ടിപ്പിടഞ്ഞിരുന്നത് ഓർമ്മയുണ്ടോ ?'

ഇച്ചോദ്യം രക്ഷാകവചങ്ങളെപ്പോലും ചോദ്യം ചെയ്യുന്നതാണ്.

'കുഴിയാനം' നിർഭയ സംഭവത്തിന്റെ ഞടുക്കുന്ന ഓർമകളെ കണ്ണീരു കൊണ്ട് സ്നാനപ്പെടുത്തുന്നു.

നൂറ് ആടുകളുടെ ഇടയനായിരുന്ന ദൈവം കൂട്ടം തെറ്റിയ ആടിനെ അന്വേഷിച്ച് പോയത് നന്നായില്ലെന്ന് 'ആട്' എന്ന കവിത പറയുന്നു. പിന്നീട് തൊണ്ണൂറ്റിയൊമ്പത് തെറ്റു വഴികളുണ്ടായതിന് അത് കാരണമായി. ചവിട്ടിത്തേഞ്ഞ വഴികളുപേക്ഷിക്കുകയും പുതുവഴി അന്വേഷിക്കുകയും ചെയ്യാനുള്ള കരുത്ത് ബിജു ജോസഫിനുണ്ടെന്ന് എന്റെ മുന്നിലുള്ള കവിതകൾ സാക്ഷ്യപ്പെടുത്തുന്നു. പരിമിതികൾ നിരവധിയുണ്ട്. അവ വലിയ സാധ്യതയുടെ തുറസ്സ് നൽകുകയും ചെയ്യും. ഏത് ചെറിയ / വലിയ കവിയും സ്വന്തം രചനകളെ ശൈശവാവസ്ഥയിൽ മാത്രമേ നോക്കിക്കാണുകയുള്ളൂ. ഒരോ എഴുത്തും പ്രതിസന്ധികൾ നിറഞ്ഞ യാത്രയാണ്. വായനക്കാരനിലേക്കുള്ള ചൂണ്ടുവിരൽ തന്നിലേക്കുള്ള മറുവിരലുകളുടെ ചൂണ്ടൽ കൂടിയാണ്. കവിയാകുക എന്നത് എളുപ്പവഴിയാണെന്നു കരുതുന്നവർ ധാരാളമുണ്ട്. എന്നാൽ അവനവനെ മുറിച്ചു കടക്കുക എന്ന ശ്രമകരമായ ചുമതല ഏറ്റെടുക്കുന്നതിന്റെ ആത്മസംഘർഷം നാം കാണാറില്ല. ബിജു ജോസഫിന്റെ ഈ സമാഹാരത്തിലെ കവിതകൾ ആ സംഘർഷം ഏറ്റെടുക്കുന്നുണ്ട്. ഉറച്ചിരിക്കുകയല്ല ചലിച്ചിരിക്കുകയാണ് തന്റെ കവികർമ്മമെന്ന് തിരിച്ചറിഞ്ഞതിന്റെ സാഫല്യം ഇതിലുണ്ട്. കവിതഅത്രയേറെ പേരെ ആകർഷിക്കുന്ന ഒരു തുറസ്സ് നൽകുന്നതാണ്. അതായിരിക്കണം കവിതയിലേക്ക് ഇത്രയേറെപ്പേർ കടന്നുവരുന്നതെന്ന് ഞാൻ കരുതുന്നു. അവനവനെ/ഇക്കാലത്തെ /

വരുംകാലത്തെ ആവിഷ്ക്കരിക്കാൻ കവിത പോലെ സൂക്ഷ്മമായ വഴി വേറെയില്ല. ഈ സമാഹാരത്തിലെ എല്ലാ കവിതകളിലൂടെയും കടന്നുപോകാനോ, വിലയിരുത്താനോ ഞാനാളല്ല. തന്റേതായ ഒരു കാവ്യരീതി സ്വായത്തമാക്കിയ ഒരു എഴുത്തുകാരനൊപ്പം നിൽക്കുക എന്ന ദൗത്യമേ ഈ മുന്നുര ലക്ഷ്യമാക്കുന്നുള്ളൂ.. പ്രിയ വായനക്കാരേ, കവിത വലിയ രാജവീഥിയും ചെറിയ ചെറിയ നിരവധി കൈവഴികളും നിറഞ്ഞതാണ്.. പുതിയ പുതിയ ഉന്മേഷങ്ങളെ പുൽകാനുള്ള അടങ്ങാത്ത വെമ്പലും.. വാക്കേ... വാക്കേ... കൂടെവിടെ എന്ന് ചോദ്യം ബിജു ജോസഫ് കാത്തുസൂക്ഷിക്കുന്നുണ്ട്. കാവ്യയാത്രയിൽ ഏറ്റവും വലിയ മൂലധനവും ആ മുഴക്കമുള്ള ചോദ്യം തന്നെയാണ്... കതിരിനോടൊപ്പം പതിരുകളും കണ്ടേക്കാം. അവ തിരിച്ചറിയാനുള്ള കരുത്ത് ഈ കവിക്കുണ്ട്. കവിയാവുക എന്നാൽതന്നെ ബലി കൊടുക്കുക എന്നർത്ഥമുണ്ട്. അത്തരം ആത്മബലി വായനക്കാർ തിരിച്ചറിയുക തന്നെ ചെയ്യും. ആശംസകൾ..

കവിതകൾ

കുമാര സംഭവം

കവിതയിതുവരെ

അച്ഛനെപ്പോഴും
ആഴങ്ങളോട്
ആരാധന കലർന്ന ഒരങ്കലാപ്പ് സൂക്ഷിച്ചിരുന്നു.
പാതാളം പാഞ്ഞ കിണർ
ലക്കിടി ചുരത്തിന്റെ ഇടർച്ച
പുഴനാഭിയുടെ ചുഴിയാഴം എന്നിങ്ങനെ
അച്ഛന് ഭൂമിശാസ്ത്രം പഠിപ്പിച്ചുകൊടുത്ത വകയിൽ
അലക്കുയന്ത്രവും ഫ്രിഡ്ജും മറ്റും
അമ്മയ്ക്ക് സമ്മാനം കിട്ടിയിരുന്നു
എട്ടിൽ പഠിക്കുമ്പോഴാണ്
അച്ഛനെനിക്കൊരു ടച്ച് മൊബൈൽ സമ്മാനിച്ചത്
ആത്മഹത്യാമുനമ്പ് കാണിച്ചു കൊടുത്തതിന്
തുടർന്നു പാടുക:

അന്നുമുതൽ
പുറങ്കടലിൽ വീശാവുന്ന വലകളെ ശ്രദ്ധിച്ചു തുടങ്ങി
സ്വർഗ്ഗ നരകങ്ങളിലേയ്ക്ക് പാഞ്ഞിറങ്ങുന്ന
ലിങ്കുകളുടെ ചൂണ്ടകൊളുത്തുകൾ
ചിലപ്പോൾ, പാതാളക്കരണ്ടികളെ നാണിപ്പിച്ചു
മല്ലുവിനു വേണ്ടി സെർച്ച് ചെയ്യുമ്പോൾ മാത്രം

കാത്തിരിപ്പ ചക്രം വല്ലാതെ കിതയ്ക്കുന്നതാണസഹ്യം
മല്ലവാന്റിയുടെ പറുദീസകൾക്ക്
പൂത്ത ചെമ്പക മരങ്ങളുടെ മേലാപ്പുണ്ടായിരുന്നു.
ലാവന്റെൻ പുഷ്പങ്ങളുടെ പെരുവസന്തം കൊണ്ട്
കുന്നുകൾ ഏതാണ്ടും മറഞ്ഞിരുന്നു
ഏദൻതോപ്പിൽ അന്വേഷിച്ചിറങ്ങുമ്പോഴൊക്കെയും
വിളഞ്ഞ ഗോതമ്പ് പാടത്തു നിന്നും
പഴത്തോട്ടത്തിന്റെ വിടവുകളിലൂടെ

അവൾ ഓടിവരും
ചെറി, മുന്തിരി, ആപ്പിൾ, റംബൂട്ടാൻ എന്ന ക്രമത്തിൽ
പഴമരങ്ങൾ അവളിലൂടെ ചില്ലകൾ ഇളക്കിക്കാട്ടി
തുടരും...

ക്ലാസിൽ.
വയസ്സറിയിച്ച കൂട്ടുകാരികളുടെ ഡാറ്റാബേസ്
എന്റെ മാത്രം രഹസ്യ സമ്പത്തായിരുന്നു
അന്വേഷണ കുതുകികളായ
അടുത്ത സുഹൃത്തുക്കൾക്ക്
അദൃശ്യമായ അളവു നാടകൾ കൊണ്ട്
അയലത്തെ അംഗൺവാടിക്കാരി തൊട്ട്
അംഗപരിമിതയായ അധ്യാപിക വരെയുള്ള
സകല പെൺനിർമിതികളുടെയും
ഉള്ളളവുകൾ വ്യാഖ്യാനിച്ചു കൊടുത്തു.

തുടരും...

അങ്ങനെയിരിക്കെ
അർധ സുഷുപ്തമായ ഒരരക്കിനാവിന്റെ താഴ്‌വാരത്തുവച്ച്
ഒപ്പിയെടുക്കുകയായിരുന്നു
അച്ഛന് സ്വന്തമായ
അമ്മയുടെ ആഴങ്ങൾ !
അമ്മയുടെ അപ്പോഴത്തെ ആന്തൽ
കൃഷ്ണമണികളുടെ വിസ്തൃതിയിൽ പ്രളയപ്പെട്ടുമ്പോഴും
രാപ്പകലുകളുടെ
അതിർത്തി നിർണയിക്കാനാവാത്ത
വരമ്പുകളിൽ നിന്ന്
അശുദ്ധരരക്തത്തിന്റെ ഞരമ്പുകൾകൊണ്ട്
പുതിയ വലകൾ നെയ്യുകയായിരുന്നു ഞാൻ

തുടരും...
●

ആട്

വഴിയെ പോയ
തൊണ്ണൂറ്റിയൊമ്പത് എന്ന
വലിയ ഉത്തരവാദിത്തം മറന്ന്
വഴി തെറ്റിപ്പോയ
ഒന്നിനുവേണ്ടി നിലകൊണ്ടു
എന്നതായിരുന്നു
ദൈവം ചെയ്ത മഹാപാപം
ഒടുക്കം
വഴിതെളിക്കാനാളില്ലാതെ
തൊണ്ണൂറ്റിയൊമ്പത് തെറ്റുവഴികളുണ്ടായി
എന്നാൽ
ആരോപിതനായ കുഞ്ഞാടാകട്ടെ
വഴിതെറ്റിപ്പോയതായിരുന്നില്ല
വഴി വെട്ടിപ്പോയതായിരുന്നു.
ചില മാറിനടത്തകൾ അങ്ങനെയാണ്
തൊണ്ണൂറ്റിയൊമ്പതിന്റെ വഴിപ്പിഴവുകളെ
വ്യാഖ്യാനിച്ചുതരും.

●

അഹല്യയ്ക്കും മറ്റും പറയാനുള്ളത്

ഇനി ഉറങ്ങാതിരിക്കാം, ഉണർച്ചയിൽ
പുലരിവാതിൽ തുറക്കുന്ന കാട്ടു തീ
തെരുവു കോണിൽ നുറുങ്ങിയ വളകൾ തൻ
മുറിവു കാണിച്ചുറക്കം മുറിച്ചുവോ ?
രാത്രി വണ്ടികൾ നീലിച്ച തെരുവതിൽ
വിജന വീഥി, മുഖം മൂടി രാവുകൾ
വേട്ടനായകൾ മാന്തിപ്പൊളിച്ചതാം
ആട്ടുകുഞ്ഞിന്റെ ഭീതിച്ച കണ്ണുകൾ !
വിശ്ലഥങ്ങൾ നിണാഗമനപാതകൾ
അസ്ഥി ഗർവ്വിച്ച കുന്നുകൾ, സമതലം,
ചോര കൊണ്ട് ചുവപ്പിട്ട തേങ്ങലിൽ
കാക്ക കൊത്തിവലിച്ചിട്ട പാതിരാ
ആർത്തി പൂണ്ട് കിതയ്ക്കുന്നു പിന്നെയും
ചെണ്ടകൊട്ടും ദിഗംബര വിഭ്രമം
വീണ്ടുമുക്കി കലപ്പനാവിന്നലെ
കാവ്യതീണ്ടി, യക്കന്യാവനങ്ങളിൽ
ഉഴുതുമേദിച്ച മണ്ണിൻ കിനാവുകൾ-
ക്കാരു ചൊല്ലിക്കൊടുക്കും രാമായണം ?
ഏതു ചുടലപ്പറമ്പിലെ തീകോരി
അവരുടുക്കും അന്ത്യനാണം മറയ്ക്കുവാൻ ?

പാപനാശകമേതു ഗംഗാതടം
ഏറ്റുവാങ്ങുമീ വെണ്ണീർക്കുടങ്ങളെ,
ഏറ്റെടുക്കുമീ കണ്ണീർക്കുടങ്ങളെ ?
മാരിമേഘമേ പെയ്തുറഞ്ഞാടുക
രാവിന്നീറൻ തുണിക്കീറ് മൂടുക
കണ്ണ് പൊള്ളു നിലാവിന്റെ നെറ്റിമേൽ
കൺമഷിക്കറിനന്നായ് വരയ്ക്കുക.

'അരുത് ചെയ്യാൻ ദുശ്ശാസനാ, പൗരുഷ-
പ്പെരുമ കാട്ടുന്നതിവളിലോ': ദ്രൗപതി,
അരികെ നിന്ന് ചിരിക്കുന്ന കൗരവർ
അതിനടുത്തവർ ആണായ് പിറന്നവർ
പകിടകേളി നപുംസക തൃഷ്ണകൾ
അതിനുമപ്പുറം തിമിരിച്ച കണ്ണുകൾ
കാഴ്ചയറ്റ നിശബ്ദ നിസ്സംഗത
'ഒരുവിരൽപ്പാടടുത്തു നീ, യെങ്കിലും
കരളു കീറി ഞാൻ നിലവിളിച്ചെങ്കിലും
ഇല്ല മാധവാ, പിന്നൊരിക്കൽക്കൂടി
വന്ന് മാനം തിരിച്ചുതന്നില്ല നീ
'കോസലത്തേയ്ക്കു കൊണ്ടുപോകേണ്ട ഞാൻ
കാനനത്തിൽ കഴിഞ്ഞിടാം' ശാന്തയായ്
സീത രാമനോടോതുന്നു 'വേണ്ടിനി
അഗ്നിശുദ്ധിയും നാട്ടുപുലഭ്യവും
'വേണ്ട ശ്രീരാമ' ചൊല്ലുന്നഹല്യയും
'ശാപമോക്ഷം കൊതിക്കുകയില്ല ഞാൻ
പിൻവലിക്കു ചുവടുകൾ മെച്ചമി-
ക്കല്ലുജന്മം, വനാന്തരം, തൃപ്ത ഞാൻ.'

●

ആപ്പിൾ

ഉടലറിവുകളുടെ രാത്രികൾക്ക്
ആപ്പിൾ ഒരു സൈഡ് ഡിഷ് ആയിരുന്നു
നോവറിവിന്റെ ഡെറ്റോൾ തുരുത്തുകളിൽ
ആഗതർക്ക് ആപ്പിൾ
ആശ്വാസവാക്കുകളുടെ ഉൽപ്രേരകമായി
സിൽക്ക് കടിച്ചെറിഞ്ഞ ആപ്പിളിൽ നിന്ന്
വയാഗ്ര വാറ്റിയെടുത്തു.
എൺപതിന്റെ തുടിപ്പ്

ആപ്പിളിൽ നിന്ന് അറിവിലേയ്ക്കും
അറിവിൽ നിന്ന് നഗ്നതയിലേയ്ക്കും തുറക്കുന്ന
ലിങ്കുകൾ കാണാം
അറിവിന്റെ ആപ്പിൾ തിന്ന് മുഴുമ്മിക്കും മുമ്പ്
ഹവ്വ അന്വേഷിച്ചുനടന്നത്
പച്ചില കൊണ്ടൊരു ലഗ്ഗിൻസ്
ആപ്പിൾ വീഴ്ചയുടെ ആഴങ്ങളിൽ വച്ച്
ഗുരുത്വം നഷ്ടപ്പെട്ട് ബുദ്ധനായിത്തീർന്നു
ഐസക് ന്യൂട്ടൻ
കളിപ്പുരയുടെ ലാബിൽ
ആപ്പിൾ വീണ്ട് ആദേശം ചെയ്ത
ആർക്കിമിഡീസിന്റെ നിക്കറിടാത്ത ഉൾവിളികൾ
പറങ്കിമാവിൻ ഞരമ്പുകളിൽ

(ശരിക്കും) ബിപീയെൽക്കാരന്റെ ആപ്പിൾ മാത്രം
അജന്തയിലേയും എല്ലോറയിലേയും
മറൈൻഡ്രൈവിലേയും ഗുഹാശില്പങ്ങൾ പോലെ
സദാചാരത്തെ
കൊതിപ്പിച്ചും കൊഞ്ഞനം കുത്തിയും
കിടന്നു.

●

ധീരു

കരിയിലച്ചിരിക്ക് കമ്പെടുത്തും
കൂര കേട്ട ദിക്കിന് കല്ലെറിഞ്ഞും
പേക്കിനാവിന് പുതപ്പ് മൂടിയും
ചൂട്ടുകറ്റയാൽ നിഴല് പൊള്ളിച്ചും
പേടിയെ
പണ്ടേ പടി കടത്തിയതാണ്
എന്നിട്ടും
കല്ലിനും കമ്പിനും
കരിമ്പടത്തിനും കറ്റനാക്കിനും
രക്ഷയുടെ താഴുകൾക്കൊന്നും
വഴങ്ങാതെയൊരു പേടി
വലതു കാലും നിലവിളക്കും പൊക്കി
പടി കേറി വന്നപ്പോൾ പകച്ചു.
ഉഴിഞ്ഞൊട്ടു കളഞ്ഞതുമില്ല
ഒഴിഞ്ഞൊട്ടു പോയതുമില്ല.
ചാല് കടത്തി അക്കരെ വിട്ടാലും
വീടെത്തുമ്പോ വീട്ടിലെത്തീട്ടുണ്ടാകും
ഇരുട്ടിൽ പതുങ്ങി അശരീരി തൊടുത്ത്
വാതിൽക്കോണിൽ മറുതാ കരഞ്ഞ്,
ചെത്തിക്കാട്ടിൽ കുറുകെച്ചാടി
കിണറ്റുവക്കിൽ ചുമലുന്തി വലിച്ച്
കാറ്റത്തിളകി

കണ്ണുരുട്ടി,
സ്വർഗ്ഗത്തോട് മുഖം കറുപ്പിച്ച്
നരക ഇടനാഴിയിൽ വച്ച്
കണ്ണുപൊത്തുന്ന കയ്യുകൾ
എന്റെ പേടി

●

ജപ്തിസാരം

നാലാം ക്ലാസ് ജയിച്ചപ്പോൾ
അച്ഛനൊരു വാട്ടർകളർ സെറ്റ് സമ്മാനം തന്നു
ഏഴു കടന്നതിന്
ഒരു റിസ്റ്റ് വാച്ച് ചോദിച്ചു വാങ്ങേണ്ടി വന്നു
ഒമ്പതാം ക്ലാസ് മുറിച്ചു കടക്കാൻ
ഒരു ടച്ച് ഫോണോളം സമരം ചെയ്തു
പത്തിലെ ഓണപ്പരീക്ഷയ്ക്ക്
ക്ലാസിൽ ഫസ്റ്റായതിന്
കിട്ടിയതർഹതപ്പെട്ട ലാപ്പ്.
ക്രിസ്മസ് പരീക്ഷയ്ക്കു മുമ്പേ
കോൺട്രാക്റ്റ് ഉറപ്പിച്ചുവെങ്കിലും
രണ്ടുമാസം വൈകി, സ്കൂട്ടർ എത്താൻ
(ചത്തു പഠിച്ചത് വെറുതെ !)
മോഡലിന് എല്ലാറ്റിനും എ പ്ലസ്സെടുത്താൻ
പതിനാറു ജീബി മെമ്മറി കാർഡ് വാങ്ങിത്തരാമെന്ന്
എന്റെ പട്ടിക്കു വേണം പതിനാറു ജീബി
എസ്.എസ്എൽ.സി പരീക്ഷയ്ക്ക് പ്രോമിസ് ചെയ്തു കാർ
റിസൾട്ടുവരാനൊന്നും കാക്കണ്ട
എന്തിനാ അധികം, ഒന്നു പോരെ
അച്ഛനൊരു ജപ്തിനോട്ടീസ് വാങ്ങിച്ചു തരാൻ.

●

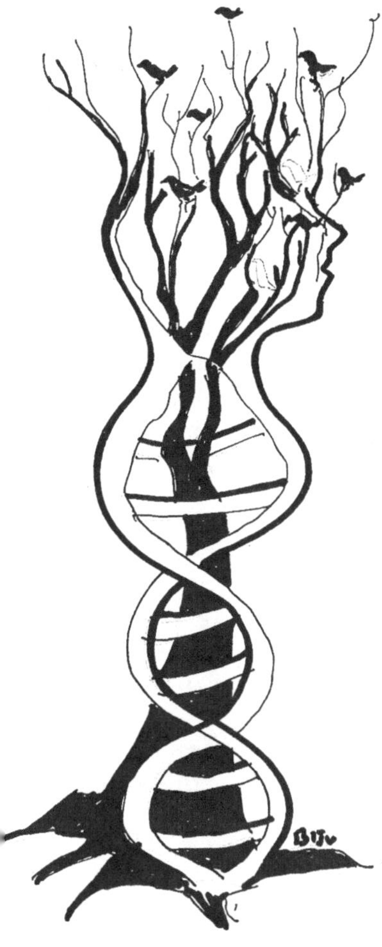

കിളിപ്പാട്ട്

ഒരു നീലപ്പൊൻമാൻ മിഴിയെൻ
സ്വപ്നത്തിനു കാവലിരിക്കെ
ഒരുചെമ്പോത്തോട്ടം കണ്ണെൻ
തല്പത്തിൽ കൂടെയിരിപ്പൂ
ഒരു കുയിലെൻ രാഗസദസ്സിൽ
പുല്ലാങ്കുഴൽ സ്പന്ദമളക്കെ
ഒരു കുമൻ തുടിയിലകപ്പെ-
ട്ടെൻ കാതിനു തുവലിടുന്നു
ഒരു മയിലെൻ ഹൃദയാകാശം
നിറയെപ്പുംപീലി വിരിക്കെ
ഒരുകഴുകൻ ചിറകു വിരിച്ചെൻ
വെയിൽ തിന്നിട്ടിരുൾ തുപ്പുന്നു
ഒരു ഹംസം ഈറനുടുത്തെൻ
പ്രണയത്തിനു തുഴയെറിയുമ്പോൾ
കടൽ റാഞ്ചിപ്പക്ഷിയൊരുത്തൻ
മമ നൗകയുലച്ചു രസിപ്പൂ
എന്നാകിലുമിന്നെൻ ചങ്കിൻ
വെയിലെരിയാച്ചിലകൾ തോറും
കിളികൾക്കു വരുംപോക്കിന്നായ്
കിളിവാതിലൊരുക്കൊന്നു ഞാൻ

●

കുഴിയാനം

മൂപ്പറിയാൻ
ചക്കയിലേയ്ക്ക് തുളഞ്ഞിറങ്ങുന്ന
കഠാരമുനപോലെ
മണ്ണിന്റെ മനസ്സിന് മീതെ
ഒരു മുഴുത്ത കുഴിയാനവാല്
തൊലി മാന്തിക്കീറി
ഞരമ്പുകളെ പിളർത്തി
ആഴങ്ങൾ നക്കിത്തുടക്കുന്ന
ഒരു പെരുങ്കലപ്പ

കുഴിയിലിരിക്കെ
മണ്ണുമാന്തിക്ക്
സമതലം പോലുമൊരു കുന്ന്
കുന്നുണരും കരുന്നുപാടങ്ങളിൽ
കുതറിയോടുന്ന ഹിറ്റാച്ചിക്ക്
ഒരു വേള
ചിതൽപ്പുറ്റുപോലും വഴങ്ങിക്കൊടുക്കുന്നുണ്ട്.

കുഴിയിറക്കങ്ങൾ
ഒരു ഖനി നാഭിയിലേയ്ക്ക് കണ്ണിറുക്കുന്നു
ഖനിയുടെ ആന്തരാവയവങ്ങളിൽ

യാമപ്പെടാൻ വിസമ്മിതിക്കുന്ന
ഒരൊറ്റ രാത്രി.

വേരുകൾ പിഴുത്
മണ്ണടുക്കുകൾ വകഞ്ഞ്
ഫലകസീമകളെ അതിലംഘിച്ച്
ഉള്ളറിയുമ്പോൾ
അകക്കാമ്പിൽ, തിളച്ച പാറക്കൊഴുപ്പിൽ

ലീനപ്പെട്ടുപോയ ഉഷ്ണമാപിനി
രാത്രിയുടെ വക്കുകളിൽത്തട്ടി
വിണ്ടുപോയ കന്യാചർമ്മം
അരികത്ത്
ചുഴലിക്കാറ്റ്
പണ്ടെങ്ങോ ഒളിച്ചു കടത്തിയ
പാവാടത്തുമ്പ്
അതിന്നടുത്ത്
കടവിൽ ചുഴിപ്പെട്ടുപോയ
ചുരുൾമുടിക്കെട്ട്
അതിനും താഴെ
അടിത്തട്ടില്ലാത്ത ഒരുകിണറിന്റെ
കനപ്പെട്ട മൗനം
മരിച്ചുപോയ ആകാശങ്ങളെ അടക്കം ചെയ്ത
സെമിത്തേരി
പോസ്റ്റുമോർട്ടത്തിനെടുക്കുമ്പോൾ
മരവിച്ച ചോരച്ചുണ്ടിൽ
വിട്ടുമാറാതൊരു പുഞ്ചിരി കണ്ടു
അന്റാർട്ടിക്കയിലെ
അതിദുർബലമായ വെയിൽ കണക്കെ
ഒരു നനഞ്ഞ പരിഹാസം
ആവനാഴിയിൽ
അവൾ ബാക്കിവച്ചത്
അതൊന്നു മാത്രം
●

ഉപ്പോർമ്മ

അടുപ്പിന്റെ ആകാശത്തിൽ
അമ്മച്ചിയ്ക്കുണ്ടെപ്പോഴും
മേഘാവൃതമായ കണ്ണുകൾ
കണ്ടുപിടിക്കപ്പെട്ട
കണ്ണീർക്കണങ്ങൾക്ക്
അമ്മച്ചിയ്ക്കുണ്ടെപ്പോഴും
പുകയുടേയോ ചുവന്നുള്ളിയുടെയോ വ്യാഖ്യാനം
കുഞ്ഞുന്നാളിൽ
പാളയിലിരുത്തി കുളിപ്പിക്കുമ്പോൾ
തല തഴുകുന്ന ചെറു ചൂടുവെള്ളത്തിന്
നേരിയ ഉപ്പുരുചിയുണ്ടായിരുന്നു.
ഞാനോർക്കുന്നു,
ഞങ്ങൾ കിടാവുകൾ
കരച്ചിലിന്റെ പരാതിപ്പാട്ടിനിടയിൽ ചിരിക്കാറുള്ളപോലെ
അമ്മച്ചി
ചിരിയുടെ വരികൾക്കിടയിൽ
തേങ്ങലുകളൊളിപ്പിച്ചിരുന്നു.
ഇന്നെപ്പോലെ അന്നും
വരികൾക്കിടെ വായിക്കാനറിയുമായിരുന്നില്ല.

●

അടുക്കളപ്പേടി

ഋതുക്കളെ അടുത്തറിഞ്ഞപ്പോൾ
പെണ്ണിന്
അടുക്കളസ്നേഹം കുറഞ്ഞു.
അടക്കുവാനും ഒതുക്കുവാനുമുള്ള പുകപ്പുരയിൽ
ഒരു കുഞ്ഞധോലോകമുണ്ടെന്നവൾ
തറ തുടയ്ക്കുമ്പോൾ
ഉറിയിലുള്ള ഉണക്കമീൻ
തുറിച്ചു നോക്കുന്നത് കണ്ട്
മേൽക്കുപ്പായം നെഞ്ചത്തൊട്ടിക്കാൻ
അവൾ പഠിച്ചു.
മരിച്ചിട്ടും മരിക്കാതെ
മത്സ്യക്കണ്ണ്.
സ്കൂൾ വഴികളിൽ
കലുങ്കിനും കരിങ്കല്ലിനും കരിമരുതിനും
ഉള്ളതുപോലെ
ചുറ്റിലും തുറന്നുവെച്ച
കൺപോളകളിലെ തീനാളങ്ങൾ
അവളുടെ കാഴ്ചകൾ
കാൽപ്പാദങ്ങളിൽ കുരുക്കിവച്ചു.
കറിയ്ക്കൊരുക്കുമ്പോൾ
കാരറ്റ്, ഉരുളക്കിഴങ്ങ്, നേന്ത്രക്കായ ഇവകളെ
കൈകൊണ്ടെടുക്കുവാൻ മടിച്ചു

രുചിക്ക് തോണ്ടുമ്പോൾ
പച്ചടി, തൈര്, അടപ്രഥമൻ ഇവകൾക്ക്
നാക്ക് നീട്ടാനറച്ചു.
ഒരു ഹൗസ് വൈഫിന്
അടുക്കള ഒളിത്താവളമാകുന്നതെങ്ങനെയെന്ന്
അവളറിഞ്ഞു.
ഭൂമി പരന്നതാണെന്ന് വിചാരിക്കുവാനായിരുന്നു
അവൾക്കിഷ്ടം

●

ദ ഗ്രേറ്റ് ഇന്ത്യൻ ബെഡ്റൂം

പാർവ്വണേന്ദു പിണങ്ങുന്നത്
ആദ്യമായിട്ടല്ല.
ഒന്ന് തീർച്ച.
അവൾ
അമാവാസിയെ ആളയച്ച വിളിപ്പിക്കും.
നിർവികാരതയുടെ ഫേഷ്യൽ
മൗനത്തിന്റെ ലിപ്സ്റ്റിക്
അവഗണയുടെ നാട്യ മുദ്രകൾ
തിരസ്കാരത്തിന്റെ ചുവടുകൾ
അടുക്കള അടുക്കുമ്പോൾ
പാത്രങ്ങളുടെ പരിഭവം
കലങ്ങളുടെ കലമ്പ്.
ഓടാമ്പലുകളുടെ ഒടിച്ചിളക്കം .
രാത്രിയുടെ ചേക്കേറ്റ ചില്ല വിട്ട്
ഗസ്റ്റ് റൂമിന്റെ വിശുദ്ധമായ തുരുത്തിൽ
അവൾ
നില തെറ്റി വീണതാവാം.
ഉറക്കത്തിൽ
പഴയ കൂട്ടുകാരികളോട് ഉറക്കെ മിണ്ടുന്നു.
പണ്ടത്തെ അയൽക്കാരിയെ വിളിച്ച്
കഴിഞ്ഞ കൊല്ലം വന്ന ഡങ്കിയെപ്പറ്റി
കുശലപ്പെടുന്നു.

ടെലഗ്രാമിൽ തെന്നി
മുഖപുസ്തകത്തിൽ മുങ്ങി
ഒറ്റക്കണ്ണിലുറങ്ങുന്നു.
ഞാൻ വീണ്ടെടുപ്പിന്റെ ചുരത്തിലൂടെ
കുരിശിന്റെ വഴി തുടങ്ങി
നോക്കിന് കൂട്ടു വരാത്തവൾക്ക്
വാക്ക് കൊണ്ടൊരു ലേപനം
വാക്ക് കിതക്കുമ്പോൾ സ്പർശം കൊണ്ടൊരു റെയ്ക്കി
സ്പർശം വിതുമ്പുമ്പോൾ
ആശ്ലേഷത്തിന്റെ MRI
ചുറ്റു കൈ തളരുമ്പോൾ
ചുംബനം കൊണ്ടൊരു കീമോ
ഒരു ചികിത്സയും ഫലിക്കാതെ വന്നപ്പോൾ
കവിത കൊണ്ട് വീണ്ടെടുക്കാൻ
ഒരു കട്ടം കൈ .
അപ്പോഴാണ്
കുഞ്ഞുങ്ങളെയും
പറക്കമുറ്റാത്ത എന്നെയും ഉപേക്ഷിച്ച്
അവൾ ഇറങ്ങിപ്പോയത്
●

ഹിസ്റ്ററി പരീക്ഷ

വർഷപ്പരീക്ഷയിൽഹിസ്റ്ററി
ചോദ്യമുൾക്കടൽ പേടിപൂക്കുംസമാശ്വാസനേരം.
മുന്നിൽബോട്ടിറക്കുന്നു : പാർട്ട് എ
ഒറ്റ വാക്കിൻ വെടിപ്പുര
പച്ചവിട്ടു പോയ മരച്ചില്ല
തെറ്റി വീണ കളങ്ങളിൽ നാഴിക
ക്കല്ലുകൂട്ടം കലണ്ടർവിഴപ്പുകൾ
ഒറ്റൊരാൾക്കായി തിരയുക ബ്രാക്കറ്റി-
ലുണ്ടനാഥം തിരസ്കൃത വാഴ്‌വുകൾ
ഒറ്റയാനെ പരതി പിടിക്കവെ
ഒറ്റുകാരൻ നിറച്ച തോക്ക്, അപ്പുറ-
ത്തൊറ്റമുണ്ടിൽ പിടക്കാം മഹാത്മാക്ക,
ളൊച്ച വയ്ക്കാതെ ചെല്ലുക, പാർട്ട് ബി:
രണ്ടു വാചകം മാത്രം കുറിക്കുക
വംശ വേര്, കടം കൊണ്ട വിപ്ലവം
വംശഹത്യ, നവോത്ഥാന നോവുകൾ
അരപ്പുറംതുളുമ്പാതെ വർണിക്ക
അരവയറിൻ കിനാവുകൾ, വേദന.
വിസ്തരിക്കുക രണ്ടരപ്പേജി
ലിറ്റു വീഴണം ചോര
പാനിപ്പത്ത്, വിശ്വയുദ്ധം, സുമേറിയ
ഉപ്ത രാജ്യം, ഹിരോഷിമ

തോക്കുകൊണ്ടൊന്നു മുദ്രപ്പെടുത്തുകീ
ദേശഭൂപട ധീരത: മീററ്റ്
ഡൽഹി, കൽക്കട്ട, കാൺപൂര്, കോസലം
വേണമെന്നില്ല സീമന്തരേഖകൾ
രക്തമൊട്ടിയ നദിയിറമ്പുകൾ
കുന്നിടിഞ്ഞ കിഴക്ക്, സമതലം.
ചോദ്യമാകെ വിയർക്കേ നിരാശകൾ
കുട്ടിമുട്ടിയ കണ്ണെഴുത്തുകൾ
ചൂഴ്ന്നു നോക്കുന്നു വന്നതേയില്ല, സാർ
നെഞ്ചിലേറ്റാൻപറഞ്ഞകിറുക്കുകൾ!

●

ഋതുമൃതി

എന്തിങ്ങനെ മാനമിരുണ്ടു
എന്തിങ്ങനെ കാറ്റു വിയർത്തു
എന്തിങ്ങനെ എന്തിങ്ങനെയെ-
ന്നമ്മൂമ്മയിലുണ്ണും കണ്ണുകൾ.
എന്തിങ്ങനെ വിളറും തൊടികൾ
എന്തിങ്ങനെ ഉരുകും മലകൾ
എന്തിങ്ങനെ എന്തിങ്ങനെയെ-
ന്നപ്പൂപ്പനിലുലയും നാക്കും.
ഇന്നലെകൾ തീപ്പെട്ടിന്നലെ
യൊറ്റ വിരൽപ്പാടും വയ്ക്കാ-
തൊറ്റപ്പെട്ടൊരു ചുവർവെള്ളയി-
ലൊട്ടിയ ചെത്തുപ്പല്ലു മാത്രം.
മുറി തെറ്റിക്കയറിയ സൂര്യൻ
ഹേമന്തച്ചിറകു കരിച്ചു
താഴ്‌വാര ശിലാപാൽക്കുംഭം
ചുര വറ്റിച്ചെന്നി പുരട്ടി.
പുതുവിടവതിലൂറിയ കാറ്റുകൾ
പുഞ്ചവയൽപ്പുഞ്ചിരി കഴുകി
തിരമാല കൊരുത്തൊരു തെന്നൽ
കലികയറിക്കര മാന്തുന്നു.
പച്ചയ്ക്കിരു കണ്ണെരിയുന്നു

നീലക്ക് പുറം കളിരുന്ന
മേടക്കണി വയ്ക്കാൻ കൊമ്പ-
ത്തൊരു സ്വർണ്ണത്തുവലുമില്ല.
പുഴതേടി കടലൊഴുകുന്ന
തണൽപരതി കാവുലയുന്നു
ഇടവത്തിനു പുടവ കൊടുത്തോ-
രിടിമിന്നലൊളിച്ചോടുന്നു.
പാണർക്കു പശിക്കു വിളമ്പാ-
നിനിയുണ്ടോ സുവിശേഷങ്ങൾ ?
കടലിവിടെ ചെന്തീക്കടവിൽ
കുരുതിക്കു കളം മെഴുകുന്ന
ചങ്ങമ്പുഴ പാടിയ കാടുകൾ
അയ്യപ്പൻ തേടിയ മേടുകൾ
സുഗതർ വഴി കൊത്തിയ ഹരിതം
ഓയെൻവീ വളർത്തിയ ചില്ലകൾ
ചുവടുമുറിച്ചേലൈസകളിൽ
മരമുറിയൻ പോത്തോടുന്നു.
എവിടെവിടെൻ ബോധം പാകിയ
ഹരിശ്രീയും മധുരവയമ്പും
എവിടെവിടെൻ തീരം പുൽകിയ
അറിവിൻ ഗിരിനെറുകയുമെല്ലാം
ഒരുവേള പുറങ്കാൽത്തൊഴിയേ-
റ്റാദർശം മതിലുകടക്കേ
സുഖക്ഷീണം മാടിവിളിക്കും
സ്ഖലിതങ്ങളിലുൾച്ചേർന്നു നാം.

●

ക്രൗഞ്ചമിഥുനം കൊലക്കേസ് : പ്രതിഭാഗം വക്കീൽ സംസാരിക്കുന്നു

ചിതൽപ്പുറ്റിൽ സ്നാനപ്പെട്ട ഒളിക്യാമറ
ചികുളിക്കടവിൽ വച്ച്
മാനിഷാദം നിലവിളിച്ച് രക്ഷകൻ ചമയുമ്പോൾ
പാപത്തിന്റെ കുറ്റപത്രവുമായി
വേടന്റെ കഞ്ഞിയിൽ
ഒരു പാറ്റ.
കാടിന്റെ ഹൃദയം പോലെ
അത്ര പരിസ്ഥിതി ലോലമല്ല,
കാടന്റെ മനസ്സ്.
വേട്ട, യവന്
ചരിത്രപരമായ ദൗത്യം.
എന്നാൽ,
കൊല്ലപ്പെട്ട ഇണ
(ചാനൽ ചർച്ചയിൽ ഇര)
കാട്ടാളനെ കാട്ടുകടത്താനുള്ള
രാഷ്ട്രീയായുധമായി.
അങ്ങനെ ആദികാവ്യം ചമച്ചവൻ
അധിനിവേശത്തിന്റെ മേൽപ്പാലമായി.

കാടന് കാട്ടുകടത്തൽ,
ഏകലവ്യന്ന പെരുവിരൽ,
ശൂർപ്പണഖയ്ക്ക് സ്തനഛേദം,
മഹാബലിക്കു ജീവപര്യന്തം.
(ജനസമ്മിതി പോലും കീഴാളന് രക്ഷാകവചമല്ല !)

കാടനെ കുടിയിറക്കുവാനുള്ള
ഗൂഢാലോചനയായിരുന്നു -
പതിനാലാണ്ടിന്റെ കാട്ടുപൊറുതി പോലും.
അധികാരത്തിന്റെ അടവുനയം
ആ തിരക്കഥയുടെ റോയൽറ്റി
ഒരനാഥ സ്ത്രീത്വത്തെ അടിച്ചേൽപ്പിച്ചു.
മന്ഥരക്ക് ഗ്ലാമറില്ലാത്തതുകൊണ്ട്
ചോദിക്കാനും പറയാനും ആളുണ്ടായിരുന്നില്ല.
ദാറ്റ്സ് ഓൾ, യുവർ ഓണർ.
●

സർവ്വേക്കല്ലുകൾ

തിരയെപ്പോൽ കാലം തരില്ല
നിശ്ചയം, തിരിച്ചൊന്നും.
നമ്മൾ തൊട്ടുത്തറിഞ്ഞതാം
തലേ ദിനങ്ങളിൽ
മെഴുക്കുചാണക സുഗന്ധം പേറിയ
തഴപ്പായിൽ കിട-
ന്നുരുണ്ടു, മഗല്ലൻ .
സ്ലെയിറ്റുണർത്തുവാൻ
തിരഞ്ഞ കല്ലുകൾ,
കുഴിഞ്ഞ പാത്രത്തിൽ
കുഴഞ്ഞ ഉപ്പുമാ-
വൊഴിഞ്ഞ കുപ്പിയിൽ വളപ്പൊട്ടിൻ
നിറപ്പൊലിമ കാണിച്ചോൾ-
ക്കൊരു കുടന്നയിൽ തുളുമ്പും മഞ്ചാടി.
ഒരു പഴഞ്ചക്ക ഞെട്ടറ്റു വീഴുമ്പോൾ
ദുശ്ശാസനനിരപ്പെടുന്നു ഭീമനിൽ.
തിരയെപ്പോൽ കാലം തരില്ല
നിശ്ചയം, തിരിച്ചൊന്നും.
നമ്മൾ ഇറയത്തിന്നലെ
ഉണക്കുവാനിട്ട ഇരട്ടവാൽ നിക്കർ
നിരങ്ങിക്കീറിയ മുറിവുണങ്ങാതെ.
മഴയെത്തോൽപ്പിക്കാൻ

കടിച്ചുകീറിയ ഇലവാഴക്കുട.
രുചിപ്പെരുപ്പിനായ് ഋതുക്കൾതോറും നാം
നുഴഞ്ഞുകേറിയ കൊട്ടംമുൾക്കാട്ടുകൾ.
പടർപ്പൻപുല്ലിന്റെ വിമതവേരുകൾ
തുഷാരം വാറ്റിയ
കുളിർവെൺ കൺമഷി.
തിരയെപ്പോൽ കാലം തരില്ല
നിശ്ചയം, തിരിച്ചൊന്നും
മധുകിനിയുമോർമ്മകൾ മതി-
യെനിക്കെ, ന്നാൽ
മകന്നു നൽകുവാൻ കഴിയുന്നില്ലല്ലോ
പഴയ ബാല്യത്തിൻ
ഞരമ്പും, ചോരയും.

●

ഒറ്റയാൻ

ഒറ്റയ്ക്ക ശ്രവിക്കുവാൻ
ഒറ്റയ്ക്കാസ്വദിക്കുവാൻ
പാട്ടിനെ സ്റ്റെതസ്കോപ്പിൻ
ഞരമ്പിൽക്കയറ്റി ഞാൻ
പിറവി തൊട്ടേ ലോകമറിവാൻ
തുറന്നിട്ട
സ്വരജാലകം പൂട്ടും
ഇയർഫോൺ ഹുങ്കാരത്തിൽ
ഒറ്റയ്ക്ക തുഴഞ്ഞു ഞാൻ
ഒറ്റയാൾക്കൊതുന്വുമായ്എത്തിടാത്തുരുത്തിന്റെ
സ്തബ്ധ ദീപങ്ങൾ സാക്ഷി.

കുഞ്ഞുനാൾ അമ്മിഞ്ഞയുണ്ടുമ്മകൾ
താരാട്ടിയ
തേനിറ്റുമീണങ്ങളെ
കൈ തട്ടും താളങ്ങളെ-
ക്കൊണ്ടുഞാൻ പ്രണയിച്ച
പാട്ടിന്റെ പാലാഴിയെ
ഒറ്റയ്ക്ക കടയുന്നു.
ഒട്ടകപ്പക്ഷി ഭൂവിൻ
മിടിപ്പ് കാതോർക്കുവാൻ
മണ്ണിനെ തുരക്കുന്നു.

കുഞ്ഞിന്റെ നിലവിളി,
ഗർജ്ജിതം കാവൽമൃഗം,
കുക്കറിൽ കൊടുങ്കാറ്റ്,
പച്ചമീൻ കുഴൽ വിളി,
അയലത്തത്യാഹിതം
തെരുവിൻ കോലാഹലം
അരികത്തുരുകുന്ന വിതുമ്പൽ, പരിഭവം
ഒട്ടനാളായിട്ടിവ-
യത്ര സജ്ജീവമല്ല
കേൾവിയെ വിരൽത്തുമ്പാൽ
മൂടിവച്ചതിൻ ശേഷം.
മൃതിശയ്യയിൽ, അമ്മ
ചുണ്ടുകളിളക്കുമ്പോൾ
വിശ്വത്തെയാവാഹിക്കാൻ
നാസിക വിടർത്തുമ്പോൾ
അർധമാത്തുറന്നൊരെൻ ശബ്ദവാഹിനി
തെല്ലവ്യക്തമായ് കേട്ടോ
പഴം താരാട്ടിൻ തുടിപ്പുകൾ ?
●

പിണക്കം

പിണക്കങ്ങളിലൂടെയാണ്
പിഞങ്ങൾ
അങ്ങുമിങ്ങുമറിഞ്ഞത്.
ഒന്നിൽ നിന്ന്
അടുത്തതിനെ
തിരിച്ചറിയാനാവാത്തവിധം
ഞങ്ങൾക്കിടയിൽ
പിണക്കങ്ങൾ
തൊട്ടുതൊട്ടു കിടന്നു.
ബോധപൂർവ്വമായ ഒരസാന്നിധ്യം കൊണ്ട്
പ്രണയത്തെ ഫോക്കസ് ചെയ്തെടുക്കാൻ
ഒരു ശ്രമം.
പിണക്കരാത്രികൾ വിഭിന്ന ഋതുക്കളുടേത്.
ഒരേ ശയ്യയിൽ
ഒരാളുഷ്ണപ്പെട്ടും,
മറ്റെയാൾ കുളിരു കുടിച്ചും
പുറം തിരിഞ്ഞങ്ങനെ.
ആസക്തിയുടെ ഇന്ധനം തീപിടിക്കുമ്പോൾ
അരച്ചാൺ വന്യതയുടെ നിറം കെട്ട നായാട്ടിൽ
നമ്മളൊന്നെന്ന്
വെറുതെ
അടക്കം പറഞ്ഞങ്ങനെ.

ഏറ്റുകൊടുത്തും ഏറ്റുപറഞ്ഞും
മുഖം നോക്കാതെ
പെയ്തുതോർന്നങ്ങനെ...
പ്രണയിക്കുമ്പോഴൊക്കെ
പിണക്കത്തിന്റെ ഒരു പൂച്ച
ഞങ്ങൾക്കിടയിൽ കാലുരുമ്മി നടന്നു.
പിണങ്ങുമ്പോഴൊക്കെ
പ്രണയത്തിന്റെ ഒരു തത്ത
വേലിപ്പുറത്ത് ചിലച്ചു.
ഗോവണിയുടെ കയറ്റിറക്കങ്ങളിൽ
തമ്മിൽ കൂട്ടിമുട്ടുമ്പോൾ
ഞങ്ങൾ
കണ്ണിറുക്കും-
'തത്തമ്മേ പൂച്ച പൂച്ച
പൂച്ചപ്പാ തത്ത തത്ത'
●

പെട്ടുപോകുമ്പോൾ

പെട്ടുപോകുന്നു നാം
ഗർഭപാത്രങ്ങളിൽ
നമ്മെ നാമാക്കുവാൻ
കൂട്ടുലോഹങ്ങൾ തൻ
ലാവാ പ്രവാഹത്തെ
പൂട്ടിയടച്ച കിനാവിൻ തടങ്കലി-
ലുരുപ്പെട്ടുപോകുന്നു നാം.

പെട്ടുപോകുന്നു നാം
ശൈശവത്തൊട്ടിൽ മുതൽക്കല്ല,
ജന്മ ഗേഹങ്ങൾക്കുമപ്പുറം,
പൈതൃക വമ്പിൻ തലപ്പു തൊട്ടേ
നമ്മളറിയാതെ
നെറ്റിമേൽ
നീട്ടിവരച്ച ഭസ്മക്കുറിപ്പാതയിൽ
നിരക്കിയ പെരുവിരൽ പണിയുന്ന
കുരിശ്ശിന്റെ വഴികളിൽ
ജ്വരഭിത്തി താക്കോൽത്തഴമ്പിട്ട
നിസ്കാരവട്ടുവിൽ
നാം പെട്ടുപോകുന്നു.

പെട്ടുപോകും

തിളപ്പിൽ നാം കേറിയ ശത്രുപാളയ-
ച്ചക്രവ്യൂഹങ്ങളിൽ.
കണ്ടുനാളം കടക്കാ കൊട്ടും വിഷം-
കൊണ്ടു നീലിച്ച സാമൂഹ്യ ജീവിതം
തോളിലിട്ട കനപ്പെട്ട കൈകളിൽ
വേരുപൊട്ടാത്ത കൊടിമരച്ചോട്ടിൽ നാം
പേരുകൊത്തിയ കഴുമരച്ചോട്ടിൽ നാം
പെട്ടുപോകുന്നു.

പെട്ടുപോകും
ഉടമ്പടിപ്പെട്ടു നാം
കെട്ടുനൂലിൽ കൊരുത്ത തുറുങ്കതിൽ
ഒട്ടുചെന്ന് മടങ്ങുവാനാവാത്ത
നേർത്തുനീളും തുരങ്കത്തിലൂടെ നാം
നേർക്കുനേരൊന്നു കാണുവാനാകാതെ
കൂട്ടുകൂടുവാനാകാതെ, രാത്രിയിൽ
വെൺനിലാവത്തുരുമ്മുവാനാവാതെ,
പണ്ട് നാം കണ്ട സ്വപ്നങ്ങളൊക്കെയും
ഒന്നുചേർത്തടവയ്ക്കുവാനാകാതെ,
കൂട്ടിരിക്കുവാൻ പോലും മറന്ന് നാം
നിശ്വസിക്കുവാൻ പോലും മറന്ന് നാം
കൂരിരുട്ടിന്റെ കൂർത്ത നഖങ്ങളിൽ
നമ്മൾ, നാമറിയാതെ
പെട്ടുപോകുന്നു.
കണ്ണിന്റെ കണ്ണിനും കാണുവാനാകാത്തൊ-
രന്യഗ്രഹത്തിന്റെ ചക്രപഥങ്ങളിൽ
ആരോ തിരിച്ചിട്ട പമ്പരം പോലെ
നാം പെട്ടു പോകുന്നു, ദൂരദൂരം പുറ-
പ്പെട്ടുപോകുന്നു നാം.

●

ഉറുമ്പുകൾക്കുള്ള സർക്കുലർ

ഇട്ടുകൊടുത്ത ഇല വഴി
കര കയറിയ ഉറുമ്പിനെ കാണുമ്പോഴൊക്കെ
പ്രാവിനുണ്ട്
ഒരു ഔദാര്യച്ചിരി.
ഇലത്തോണി കരയോടടുക്കുമ്പോൾ
ചിലപ്പോൾ,
പ്രാവിലേയ്ക്ക് ഇരപ്പെട്ടു പോകാറുണ്ട്, ഉറുമ്പ്.
കടന്നുകയറ്റത്തിന്റെ ഇരപിടിയൻ പാലങ്ങൾ
ഇല കൊണ്ടും കച്ചിത്തുരുമ്പുകൊണ്ടും
പൂരിപ്പിക്കാവുന്നതാണ്.
വേടനെ കടിക്കും മുമ്പ്
ഉറുമ്പിന്
അല്പം വീണ്ടുവിചാരമൊക്കെ ആവാം.
ചില കടികൾ ആത്മഹത്യാപരമാണ്,
രാജസഭയിൽപ്പോലും !

●

സൂക്കേട്

ചെമ്പോത്തിന് ചെങ്കണ്ണ്
പുള്ളിപ്പുലിക്ക് വട്ടച്ചൊറി
കഴുകന് സ്പൊണ്ടലൈസിസ്
കാക്കയ്ക്ക് കരപ്പൻ
ആനയ്ക്ക് ഒബീസിറ്റി.
രോഗനിർണ്ണയ ക്യാമ്പിൽ വച്ച്
വിദഗ്ധ ഡോക്ടർമാർ കണ്ടെത്തിയ
വ്യാധികളിങ്ങനെ.
'മാറും
തുടർച്ചയായി ട്രീറ്റ്മെന്റെടുക്കണം
മിനിമം രണ്ട് വർഷം
അല്ലെങ്കിൽ സർജറി.
ആഴ്ചക്ക് കണ്ടോളണം
ആഹാരം കൺട്രോളണം'
പ്രതിവിധികൾ
കുറിപ്പടികൾ
മനം നിറഞ്ഞ് പേഷ്യന്റ്
കനം കുറഞ്ഞ് പേഴ്സ്.
രോഗദ്യോതകമായ ഒരിമേജ്
പൈതൃകമായി ലഭിച്ചിട്ടും
ചൊറിത്തവള മാത്രം
ക്യാമ്പിലെത്തിയില്ല.

●

ഇലവിചാരം

മുള്ളു വീണതുകൊണ്ടോ
മുള്ളിൽ വീണതുകൊണ്ടോ
ഒരില
വിചാരണയർഹിക്കുന്നില്ല.
ധാതുഭംഗം,
കീടബാധ,
കാറ്റു വീഴ്ച, യെന്നിങ്ങനെ
ഇലയുടെ മുറിപ്പാടുകൾക്ക്
അനവധി വ്യാഖ്യാനങ്ങളുണ്ട്.
കീറിയ വാഴയിലയ്ക്കേ
തികച്ചും ഭീതിരഹിതയായി
കാറ്റിനെ ആശ്ലേഷിക്കാനാവൂ.
ആടുനക്കിയ പ്ലാവില
ഞെട്ടിൽ നിന്നടരുന്നതുവരെ
അതിരുണങ്ങിയ
മുറിപ്പാടുകളെപ്പറ്റി
വേവലാതിപ്പെടുന്നില്ല.

തൊടിയുടെ തെക്കേയറ്റത്ത്
നിരന്തരം തെങ്ങോല വീണ്
ഒടിഞ്ഞു നുറുങ്ങിയ മുരിക്കിൻ തൈ.

ഇല വീഴ്ചകളിൽ ചിലതങ്ങനെയാണ് :
മുള്ളിന്റെ ഹൃദയത്തിൽ പേക്കിനാവ് തറച്ചുവയ്ക്കും.

ഉഷ്ണകാലം അത്രയ്ക്കങ്ങ് നീളുകിൽ
ശിശിരത്തിന്റെ നുണപറഞ്ഞ്
ഇലപ്പച്ചകൾക്ക്
എത്രകാലം ഒളിച്ചിരിക്കാനാവും ?

ഉദ്യാനത്തിലെ
കള്ളിമുൾച്ചെടിയുടെ
വിരിമാറിലേയ്ക്ക്
പടർന്നു കയറുന്ന പയർവള്ളിയോട്
സദാചാരപ്പോലീസിന്
എന്തു ചെയ്യാനാവും

●

ഉത്തമഗീതത്തിലെടുക്കാതെ പോയ വരികൾ

താഴികക്കുടങ്ങളെപ്പറ്റി പറഞ്ഞതു മതി
വരൂ പ്രിയേ
താഴുകളെപ്പറ്റി തർക്കിക്കാമിന്നിനി
താഴുകൾ തുറവികളെ
നിഗൂഢതകൾക്കെണ്ണഭിഷേകംചെയ്യുന്നു
താക്കോൽക്കൂട്ടത്തിന്റെ കിലുക്കം
വിളംബരം ചെയ്യുന്നത്.
ബന്ധനത്തെയോ മോചനത്തെയോ എന്ന്
പ്രവചിക്കാനാകില്ല.
കനകത്താഴാകിലും
മണിച്ചിത്രമാകിലും
തിരസ്ക്കാരത്തിന്റെ തിരപ്പം
അപ്രാപ്യതയുടെ അപ്രിയവുമാണ്
വിളിച്ചോതുക
എനിക്കും നിനക്കും ഇടയിൽ
ഇരുവർക്കും തുറക്കാനാവാത്ത
ഒരായിരം പൂട്ടുകൾ
നാം രണ്ടായിരിക്കുമ്പോൾ
അവ സംസാരിക്കുന്നു
നാം ഒന്നായിരിക്കുമ്പോൾ
അപര്യാപ്തമായ അഹോന്മാദത്തിൽ

അവ ആത്മ നിന്ദയനുഭവിക്കുന്ന
ബാങ്ക് ലോക്കറിന്റേതു പോലെ
ഇരട്ടച്ചാവിയുടെ മിടിപ്പുകൾ കാതോർക്കുന്ന
ഒരു പെരുന്തുറവി നമുക്കിടയിലുണ്ട്
അത്
സ്വർഗ്ഗപാതകൾക്ക് ഭൂപടം പണിയുന്നു.

●

ദ്രൗപതി @ ഉടുതുണി മെമ്മറീസ്

പൊറുക്ക മാധവാ
അവിവേകം, നില -
വിളിച്ചുണർത്ത് .
നീ തിരിച്ച് പോവുക
കെട്ടുപോയ നാണത്തിന്
ഒരു മറപ്പുടവയുടെ മഹാരക്ഷ
ഇനി എനിക്കു വേണ്ട.
കെട്ട അഞ്ചിനേക്കാൾ മതി,
എനിക്കൊറ്റ ദുശ്ശാസനൻ.
വീതംവയ്പിന്റെ മുറുമുറുപ്പിൽ
സമയനിഷ്ഠയുടെ അതൃപ്തിയിൽ
അപരനിന്ദയുടെ ഒളിവർത്തമാനങ്ങളിൽ
ഇനി ഞാനുണ്ടാവില്ലല്ലോ
ആശ്വാസം.
അരക്ഷിതയുടെ അലർച്ചകളിൽ
ഔദാര്യത്തിന്റെ കല്യാൺ സിൽക്കുമായി
കതകിനപ്പുറം മറഞ്ഞിരിക്കുന്നകൈകളേ
കളിക്കടവിൽവച്ച്
ഉടുതുണി പോയ പെണ്ണുങ്ങളുടെ
കൂട്ട വേവലാതിയിൽ
ഒരു കീറത്തോർത്ത്
ശ്വാസംമുട്ടിപ്പിടഞ്ഞിരുന്നത് ഓർമ്മയുണ്ടോ ?

ഇനി
കൂട്ടമാനഭംഗങ്ങളുടെ കുളിക്കടവുകളിലേയ്ക്കാവട്ടെ
ചുറ്റുചേലകളുടെ സ്പോൺസർഷിപ്പ്
ഇവിടെ ഒറ്റ ആർത്തിയേ ഉള്ളൂ
അത് ഞാനങ്ങ് സഹിച്ചു.
ചുറ്റിലും
ബാക്കി തൊണ്ണൂറ്റിയൊമ്പത് കൊതികൾ
നാവു നീട്ടിയിരിപ്പുണ്ട്
ഓർത്തോളണേ,
ദൈവങ്ങളേ...
●

അധിക രാത്രി

വെളിച്ചം ദുഃഖമാണെന്ന് വിചാരപ്പെടെ
കാഴ്ചയിലൊരു വെട്ട്
ഇരുട്ടു കൊണ്ട് ഓട്ടയടക്കാനൊരു ശ്രമം.
അമാവാസിക്കു പിറന്ന ടെസ്റ്റ്യൂബ് കൊച്ച്.
പഴതില്ലാത്ത അന്ധകാരത്തിന്റെ പാതി ഘടികാരം.
മിണ്ടൽ നിലച്ച മിക്സിയിൽ നിന്ന്
കീറിപ്പറിഞ്ഞ ഉടുതുണിയുമായി
ഒരു വറ്റൽമുളക്...
അച്ചുതണ്ടിൽ ഒട്ടിപ്പോയ സീലിങ്ങ് ഫാനിന്റെ
ശിശിരസ്വപ്നങ്ങൾ...
വായ കൊണ്ട് വിസർജിക്കാൻ കഴിയാത്ത
മോട്ടർ പമ്പിന്റെ ജലശങ്ക...
മരണം കൊണ്ട് ഉഷ്ണിച്ച
സ്പ്ലിറ്റേസിയുടെ ഡെഡ് ബോഡി...
മൊബൈലിൽ വാട്ട് സാപ്പിന്റെ
കുരുവിക്കുട്ടുകൾ തകർത്ത്
ലോ ബാറ്ററിയുടെ മരണമൊഴി...
ജനലഴിയിൽ തസ്കര വിദ്യയുടെ
പച്ച സിഗ്നലുമായി ഒരു സൊമാലിയൻ കടുവ .
ഇരുൾ ധൃതിയിൽ വീണുടഞ്ഞകുപ്പിയോട്
'പൂച്ച പൂച്ച'യെന്ന് കയർക്കുന്ന കത്തിവേഷം..
അടുക്കളപ്പുറത്ത്

നിഴലുണങ്ങാ മൂലയിൽ
മിനുക്ക് വേഷത്തിന്റെ മുറുകിയ തന്ത്രികൾ
നിശബ്ദമായ് മീട്ടുന്ന കിന്നരൻ...
സൂര്യഗ്രഹണത്തിനു ശേഷം
പ്രകൃതിക്ക് പുതിയ മണമായിരിക്കും.
തമസ്സിൽ സുഖപ്പെട്ടതിന്റെ മണം.
●

ഏഴാം കാലം

ഏതു കാറ്റടിച്ചാലും വീണുപോകാത്ത
ദുരൂഹതയുടെ ഒരു കുറ്റിച്ചെടി
അവളുടെ ഉദ്യാനത്തിൽ ഉണ്ടായിരുന്നു.
കമ്പുകൾ കോതിയൊതുക്കാത്ത കുഞ്ഞ് മരം
അനവസരത്തിൽ തളിർക്കും.
അകാലത്തിൽ പൂക്കും
ഋതുക്കളെ കബളിപ്പിച്ച് കായ്ക്കും
ആ ഹരിതവിസ്മയത്തിന്, പക്ഷേ
വേരുകളുണ്ടായിരുന്നില്ല
വർഷപാതം കൊണ്ട് കനപ്പെട്ട് താഴ്ന്ന്
നടപ്പപാതയെ വെല്ലുവിളിക്കുന്ന ഒരു കമ്പ്
ഏറെ അലോസരപ്പെടുത്തിയപ്പോൾ
അതീവ ജാഗ്രതയോടെ
വളച്ച് തോട്ടത്തിലേക്ക് തിരുകി
മഴയറിയിപ്പുമായ് വന്ന പ്രാന്തൻ കാറ്റിൽ
പിന്നെയുമത് വഴിയന്വേഷിച്ച് വന്നപ്പോൾ
അതീവ ജാഗ്രതയോടെ
ചില്ല മുറിച്ച് ദുരൂഹപ്പച്ചക്ക് പുതയിട്ടു
ഒരാഴ്ച കൊണ്ട് മുറിപ്പാടിൽ നിന്ന്

അഞ്ചെട്ട് പുതിയ ശാഖകളുണ്ടായി
പിന്നെപ്പിന്നെ അവ പടർന്ന് വഴിയാകെ മറച്ചു

ഉദ്യാനമെന്നാകെ പൊതിഞ്ഞു
പുതുനാമ്പുകൾ അതിർത്തിക്കല്ലോളം കിതച്ചു.
പതിയെപ്പതിയെ
മറ്റുചെടികൾ തളിർക്കാതെയായി
പൂക്കാതെയായി
വേരുകളുടെ പിൻബലം കൊണ്ട്
ഇലകൾ മാത്രം ഇമയനങ്ങാതെ നിന്നു
വിളറി
അവനവനിൽ ഇറുകി
വെറുതെ,
ഋതുക്കളുടെ സ്മരണകൾ പോലും
അവയുടെ ആസ്യരന്ധ്രങ്ങളിലൂടെ
ആവിച്ച് പോയി
ഋതുരഹിതമായ ആ ഉദ്യാനം
അവളുടെ സ്വന്തമായിരുന്നു
അവൾ എന്റെ സ്വന്തമായിരുന്നു
ആകയാൽ എനിക്കുള്ളതത്രേ
തടവറിവുകളുടെ ഏഴാം കാലം

●

ചെലപ്പം തോന്നലാരിക്കും

അമ്മ ഉണരാൻ വൈകുന്ന പ്രഭാതങ്ങളിൽ
എനിക്ക് പ്രഷർ വല്ലാതെ ഡൗണാകും
ചെലപ്പം തോന്നലാരിക്കും
അന്ന് കരിക്കട്ടകളിൽ കുടുങ്ങി
സൂര്യൻ ഉണരാൻ താമസിക്കും
ജനൽച്ചില്ലുകളിൽ തട്ടി
പുലരിക്കാറ്റ്
പരിക്കേറ്റ് തിരിച്ചു പോകും
ചരുവത്തിലെ അഴുക്കു വെള്ളത്തിൽ
സ്ക്രബ്ബർ ശ്വാസം കിട്ടാതെ പിടയും
കോഴിക്കൂട്ടിൽ പുരുഷാധിപത്യം തകർത്ത്
തള്ളപിള്ളകൾ ഒരു ധ്യാനകേന്ദ്രം തുറക്കും
പൂമുഖം മുതൽ വർക്കേരിയ വരെ
മുഖം കറുപ്പിച്ച് കെറുവിക്കും
അമ്മക്ക് പനി വന്നതെന്ത് എന്ന്
കുഞ്ഞനിയൻ അമ്മയോട് ദേഷ്യപ്പെടും
നിനക്കൊന്ന് കുറച്ചൊക്കെ
ശ്രദ്ധിച്ചൂടെയെന്ന്
ചായപ്പാൻ നിലത്തിട്ട്
അച്ഛൻ ശകാരിക്കും
'അതെങ്ങനെയാ തോന്നും പടി നടക്കും-
വെയിൽ മഴ കളയാതെ':

ഞാനും ഗുണദോഷിക്കും
അടുപ്പിൽ നിന്നിറങ്ങാതെ
ചാരക്കുന വാശി പിടിക്കും
വിറക് അനുസരണക്കേടിൽ
പുക തുപ്പും
അന്നേരം അടുക്കള
ഉഷാ ഉതുപ്പിന്റെ സ്റ്റേജ് പ്രോഗ്രാം
എന്ന പോൽ ഇളകും
എണ്ണ നിലത്തിഴയുമ്പോൾ
കുപ്പിച്ചില്ല് ചിരിക്കും
ചീനച്ചട്ടി കരിഞ്ഞ മണം
ചിമ്മിനിയിലൊളിക്കും
കുറ്റിച്ചൂലിന്റെ തലോടൽ കിട്ടാതെ
മുറ്റത്ത് കരിയിലപ്പക്ഷികൾ
ഒച്ച വയ്ക്കും
വീട് നരകപ്പെട്ടുമ്പോഴേക്ക്
കരി ഞരമ്പുകളുടെ പിൻവിരലുകൾ
സ്വന്തം നെറ്റിയിൽ അമർത്തി
അമ്മ ആടിയാടി എഴുന്നേൽക്കും
'പനി വിട്ടൂട്ടോ'
ഒക്കേം നിന്റെ തോന്നലാരിക്കും
അച്ഛൻ പറയും
ചെലപ്പം ആരിക്കും
അമ്മ കണ്ണുരുകി ചിരിക്കും
കോലായിലെ കരിമ്പനടിച്ച തോർത്തിനടിയിലോട്ട്
നുഴഞ്ഞു കയറിയിട്ടുണ്ടാവും പനി
രാത്രി വൈകി
അമ്മ അടുക്കള വിട്ട്
വരുമ്പോ കൂടെക്കയറിക്കിടന്നിട്ടുണ്ടാകും പനി
എപ്പഴും അങ്ങനെയാ
ചെലപ്പം തോന്നലാരിക്കും
ആരിക്കും
●

സിഗ്നലുകളുടെ വ്യാഖ്യാനം

സ്വന്തമായി വാഹനമുണ്ടോ ?
എങ്കിൽ നിങ്ങൾ നിർബന്ധമായും ഇത് വായിച്ചിരിക്കണം
ഡ്രൈവറുടെ കാൽപ്പെരുമാറ്റത്തിലൂടെയാണ്
ബ്രേക്കും ആക്സിലേറ്ററും
സിഗ്നലുകളെ പരിഭാഷപ്പെടുത്തുന്നത്
ഇടിവെട്ടിയ തെങ്ങു കണക്കെ
സിഗ്നൽത്തൂണുകൾ പച്ചയ്ക്കു കത്തുന്നതാണ്
ഡ്രൈവറുടെ സ്വപ്നം
നരനടപ്പുകളുടെ മന്ദഗമനം പണ്ടേ കണ്ടൂടാ
ചുവപ്പിനും പച്ചയ്ക്കുമിടയിലായിരുന്നു
കിതപ്പുകൾ ക്രമീകരിച്ചിരുന്നത്
സൂര്യന് ചക്രമവാളത്തിലെത്തുമ്പോഴേയ്ക്ക്
ഒരു ചെമ്മാനം മറികടക്കേണ്ടിയിരുന്നു
ചുവപ്പുകളെ അതിലംഘിച്ചത്രേ ഇത്രേടം വന്നത്
'അന്തിമാനം ചുകപ്പിട്ടാൽ നിലാമഞ്ഞയിൽ പ്രതീക്ഷ വേണ്ട
പുലരിയും ചുകന്നേ വരൂ...'
എന്നൊക്കെ പ്രസംഗിച്ചിരുന്നു
കുഴികളും കയറ്റങ്ങളും മുടിപ്പിന്നും
ചുവപ്പു ചുരത്തുമ്പോഴും
കറുകെച്ചാടുന്ന കരിമ്പൂച്ച
പച്ചക്കണ്ണിന്റെ സിഗ്നൽതന്നിരുന്നു
നാങ്കളെക്കൊത്തിയും നീങ്കളെക്കൊത്തിയും

ചെങ്കടലുകൾ മുറിച്ചുകടന്നു
(അങ്ങനെ ഒരിക്കൽ ചുവപ്പു മുറിച്ചുകടന്നതിനാണ്
അവൾ പച്ചമാങ്ങ ചോദിച്ചത്)
ഭൂമിയ്ക്ക് മനസ്സ് വേദനിയ്ക്കുമ്പോൾ
ചെങ്കല്ലും ചെമ്മണ്ണും പിഴിഞ്ഞ്, മഴ
തെരുവു ജാഥാ നടത്തും
തോടിറങ്ങിപ്പോയ ചുവപ്പൻ മുദ്രാവാക്യങ്ങൾ
കടലെത്തുമ്പോഴേയ്ക്ക്
അടിയൊഴുക്കു കൊണ്ട് നിറം മാറി പച്ചവെള്ളമാകും
അപ്പോൾ സമദൂരങ്ങളും സമവാക്യങ്ങളുമുണ്ടാകും
കവലയിൽ
ചുവപ്പിനും പച്ചയ്ക്കുമിടയിലുള്ള നിമിഷങ്ങളിൽ മാത്രമേ
നിങ്ങൾ നിങ്ങളായിരിക്കൂ.
●

മാപ്പുസാക്ഷിയുടെ വിസ്താരം

വാതുവയ്ക്കാനൊരു തർക്കമേയുള്ളു
ബാക്കി നമുക്കിടയിലിപ്പോൾ
നാളെ പ്പുലർച്ചയിൽ സൂര്യനെക്കാണുവാ-
നാരൊരാൾ ശേഷിപ്പു നമ്മിൽ ?
അച്ചടി മഷിപ്പാടി, ലബ്ധവെട്ടങ്ങളിൽ
ന്യൂറു തേക്കും വെറ്റ ദൂരഭാഷങ്ങളിൽ
കെട്ടുപിണഞ്ഞതാം ജാലികാ വ്യഗ്രതയി-
ലൊട്ടകപ്പക്ഷികൾ നമ്മൾ
കെട്ടുപോകുന്നെന്റെ പൗരുഷം സോദരാ
നിൻ ജാലകങ്ങൾ തുറക്കെ
ഒറ്റ വെള്ളിക്കാശു വാങ്ങാതൊരുത്തൻ ഞാ-
നൊറ്റുകാരൻ മാപ്പു സാക്ഷി
കുറ്റപത്രങ്ങൾ തന്നിടവഴി തുറന്നു നീ
ശിക്ഷകനെയാട്ടിയോടിക്കേ
മേശയിൽ സ്മാർത്തന്റെ ചുറ്റികയടിപ്പെരുമ-
യൊരു കഴുകുനിര തുറക്കുമ്പോൾ
കാക്കകളിരമ്പും വിചാരണപ്പെരുമഴയി-
ലാർത്തനാകുന്നു ഞാൻ സാക്ഷി
നീതിയുടെ പഴുതിലൂടോടാം ബറാബാസി-
നിന്നും പ്രതിക്കൂട് ശൂന്യം
ഇന്നലെകളുലേലയാത്ത മാവേലി നാടിനെ
കൊന്നതും തിന്നതും നീയെ

കെട്ടിപ്പിടിക്കാനൊരുങ്ങുന്ന കൈകളെ
തട്ടിക്കളഞ്ഞതും നീയെ

അസ്ഥികൾ മറ തീർത്ത കുഴിവയറു കാണാ
വിശപ്പിന്റെ ബകവയറു നീയെ
തെരുവിരവിനൊരുവേള തീ വച്ചതും നീയെ
വിഷമഴകൾ തീർത്തതും നീയെ
മണ്ണിന്റേ മരതക ശ്വാസകോശം കാർന്നൊ-
രർബുദ വളർച്ചയും നീയെ.
പാഴ്മുറം നിറയും പുഴുക്കളാൽ പുഴ വക്കി-
ന്നരിക് തുന്നിച്ചതും നീയെ

പാതി നിഴലൊഴിയുവാ,
നിടവഴിയിലെവിടെയോ
സൂര്യനെ മുടക്കിയതും നീയെ
കിഴവാലയങ്ങളിൽ ജനകർക്ക് കവിൾ ഞൊറിയിൽ
പമ്പയൊന്നുറവ്വ പൊട്ടുമ്പോൾ
അച്ഛന്റെ, യമ്മയുടെ പിണ്ഡപാത്രങ്ങളിൽ
കൊത്തിയ ശവം തീനി നീയെ
കുട്ടിക്കിനാക്കളെ ചുട്ടതും നീയെ
ചെഞ്ചുടയിൽ ചട്ടകം വച്ചതും നീയെ
ഇഷ്ടികച്ചൂളയിൽ, വെടിക്കോപ്പശാലയിൽ
കപ്പണയിൽ, ഹോട്ടലിൽ വെയിലിന്റെ കനലൂലയിൽ
വെന്തു പൊള്ളിച്ചതും നീയേ
അല്ല മഴ പെയ്യുന്ന തെരുവുകൾ പെണ്മ തൻ
സ്വർണ്ണക്കിനാക്കൾ കവർന്നു
വാൾമുന തുറന്നിട്ട ഗർഭപാത്രത്തിൽ നി-
ന്നാരിവൾ കുതറിയോടുന്നു

വിട്ടയക്കല്ലേ വിശപ്പിന്റെ മഴുമുനക-
ളെന്നെ പ്രതീക്ഷിച്ചു നിൽപ്പൂ
വിട്ടയച്ചാലും ഇരുമ്പഴി തുറക്കിലും
മുന്നേ മൂതൻ മാപ്പുസാക്ഷി
കൊണ്ടുപോകു തൂക്കിലേറ്റുവാനാദ്യമാ
യുൾക്കണ്ണു പൊട്ടും തുലാസിന്റെ കൈകളെ
കൊണ്ടു പോകു തൂക്കിലേറ്റുവാൻ വാദിയെ

ശ്രേഷ്ഠന്യായാസനം തേടാതിരിക്കുവാൻ
കൊണ്ടു പോകൂ ത്തൂക്കിലേറ്റുവാൻ സാക്ഷിയെ
പിന്നൊരിക്കൽ കുറ്റമാറാതിരിക്കുവാൻ
കൊണ്ടു പോകൂ ത്തൂക്കിലേറ്റുവാൻ ഞങ്ങളെ
കൊണ്ടു പോകൂ
കൊണ്ടു പോകൂ.

●

വാലാട്ടം

മുറിഞ്ഞ വാൽ
തറയിൽക്കിടന്ന്
മുഷ്ടി ചുരുട്ടി മുദ്രാവാക്യം വിളിക്കുമ്പോൾ
ചുവരോട്ടത്തിനിടെ
പെട്ടന്ന് തിരിഞ്ഞ്
ഗൗളി ചിന്താധീനനാകുന്നു
വാലാട്ടുമ്പോൾ തലയിരിക്കേണ്ടതുണ്ടോ ?
ഒരു പല്ലിയും താൻ (വിശ്വസിക്കുന്നു എന്ന്) വിശ്വസിക്കുന്ന
പ്രത്യയശാസ്ത്രത്തിന്റെ പേരിൽ

വാല് മുറിച്ചു കളയുന്നില്ല
മൂർച്ചയുള്ള ഒരു പ്രതിസന്ധിഘട്ടം
തരണം ചെയ്യുന്നതിന്റെ ഭാഗമായി
പല്ലി
താൽക്കാലികമായി
വാലിനെ തള്ളിപ്പറയുന്നുവെന്നേയുള്ളൂ
കൈവിട്ടുപോയ ഇരയേക്കാൾ
പുറംതള്ളപ്പെട്ടവാലിൽ
ശ്രദ്ധ കേന്ദ്രീകരിക്കുന്ന ശത്രുമനശ്ശാസ്ത്രം
പല്ലിക്ക് നന്നായിട്ടറിയാം
തലയിരിക്കണമെങ്കിൽ വാലിളകണമെന്ന രാഷ്ട്രീയം
വേട്ടക്കാരനു വേണ്ടതും

പല്ലിക്കു വേണ്ടാത്തതുമായ
വാലറ്റം
തുടർന്നും മുളയ്ക്കുകയും കൊഴിയുകയും ചെയ്യും
ഒരു നാൾ
ശത്രു ഗന്ധം ഒരു വാൽപ്പാടകലെയെത്തുമ്പോൾ
ഉടൽ മുറിച്ചിട്ട് രക്ഷപ്പെടാൻ ശ്രമിക്കുന്നതായി
പല്ലിവാൽ കിനാവ് കാണുന്നു
അപ്പോഴും രാഷ്ട്രീയനിരീക്ഷകന്റെ യുദ്ധം
വാലിനോടു തന്നെ

●

അമ്പട്ടചരിതം

കറങ്ങുന്ന കസേരയും വെൺകോളറും
സ്വപ്നം കണ്ടിരുന്ന
സകലർക്കുമുള്ള ആശ്വാസ കേന്ദ്രമായിരുന്നു
ഒരു കാലത്ത്
ബാർബർ ഷാപ്പ്
കത്രികയും ബ്ലേഡും
നിശ്ശബ്ദരായിരിക്കുമ്പോഴൊക്കെയും
കണ്ണാടി ബാർബറെ
വിസ്താരത്തിനിരുത്തുമായിരുന്നു
പിറകും മുൻപും
മുൻപും പിറകുമെന്നിങ്ങനെ
ഗുണീഭവിച്ച നീളുന്ന പ്രതിബിംബക്കൂട്ടുകളിൽ
പലവനായ ഒരുവനെ നിറച്ച്
അമ്പട്ടന്റെ ആത്മവിസ്താരം
ഇടതിനെ വലതാക്കുന്ന കണ്ണാടി സൂത്രത്തെ
അതിജീവിക്കുന്ന ഉൾബിംബങ്ങൾ
വലതിനെ വലതായും ഇടതിനെ ഇടതായും
പുനർജീവിപ്പിക്കുന്നു
തലപ്പെരുക്കങ്ങളുടെ പിൻബലത്തിൽ
അമ്പട്ടനെപ്പോഴും
രോമങ്ങളോടു കലഹിച്ച്
അനുവാദമില്ലാതെ കിളിർത്തത്

അഹങ്കാരം കൊണ്ടെഴുന്നത്
അപകർഷം കൊണ്ട് ചുരുണ്ടത്
അകാലത്തിൽ വെളുത്തത്
രോമാഞ്ചാമൊഴികെയുള്ള മുടിപ്പിഴവുകൾക്കെല്ലാം
ബാർബറുടെ നീതിപ്പുസ്തകത്തിൽ
ശിക്ഷാവിധി കൽപ്പിച്ചിട്ടുണ്ട്
ക്ഷൗരക്കത്തി മടക്കഴിക്കും മുമ്പേ
കവിളിൽ നിന്ന് ഇറങ്ങിയോടിയിരുന്നു
രാത്രികൾ
ബാർബർഷാപ്പിന്റെ അതിവിശുദ്ധയിടങ്ങളിൽ
ശൃംഗക്കുട്ടുകൾക്ക് വഴങ്ങാത്ത പുണ്യവതികൾ
വെള്ളിത്തിരയേക്കാൾ കയ്യെത്തും ദൂരത്തിരുന്ന്
സീമച്ചേച്ചി രാഗേന്ദുകിരണം പാടിത്തന്ന
നാട്ടിൻപുറത്തെ ബാർബർഷാപ്പായിരുന്നു
ആദ്യം കണ്ട തീർത്ഥാടനകേന്ദ്രം
അടുക്കും ചിട്ടയും പൊടിപ്പും തൊങ്ങലും
ജനിപ്പിലേ ഇൻസ്റ്റാൾ ചെയ്ത നാവുകൊണ്ട്
അടുക്കളക്കാരിയുടെ അവിഹിതം മുതൽ
അടിയന്തരാവസ്ഥയുടെ അകത്തളം വരെ
ചുട്ടറ്റം വീശി കാണിച്ച തരുമായിരുന്നു
അമ്പട്ടൻ
ആഗോളന്മാരുടെ പടയോട്ടകാലത്ത്
അതിരോളം ആട്ടിയോടിക്കപ്പെട്ടു

ബാർബർ ഷാപ്പുകൾ പൈതൃകപ്പട്ടികയിൽ ഒതുങ്ങി
ന്യൂജെൻ ബ്യൂട്ടിപാർലറുകളും ക്ലിനിക്കുകളും വന്നു
ഏസിയും ഹോം തീയറ്ററും പ്ലാസ്മയും വന്നു
കറുത്തത് വെളുപ്പിക്കലും വെളുത്തത് ചെമപ്പിക്കലും വന്നു
ചുരുട്ടലും നീട്ടലും തിരുമ്മലും തിരുകലും വന്നു
മുഖം തഴുകലും കഴുകലും മെഴുകലും വന്നു
ബ്യൂട്ടീഷനും കസ്റ്റമറും ചെവിയടച്ച്
ആൻഡ്രോയിഡൻ അഹംകുറ്റികളിൽ
അവനവനെ തളച്ചു
പിന്നെപ്പിന്നെ
കണ്ണാടികൾ മിണ്ടാതെയുമായി
●

ഓന്ത് ഒരു സവർണ്ണൻ

അകമോ പുറമോ അല്ലാത്ത
എന്നാൽ അകവും പുറവുമൊന്നിച്ച
വേലിക്കു മുകളിൽ
ഞാനിങ്ങനെ ഇരിക്കും
സൂര്യനിൽ നിന്നടർന്നുവീണ തീഗോളങ്ങൾ
കടംകൊണ്ട കണ്ണുകളുമായി
അഷ്ടദിഗ്പാലകൻ
ഓന്തെന്നും വിളിക്കാം പക്ഷേ
മുൻവിധി പാടില്ല
വേലിക്കൽ മുളന്തണ്ടായും
ഇലച്ചാർത്തിൽ പച്ചിറച്ചിയായും
കല്ലിന്റെ കരുത്തായും
മണ്ണിന്റെ മനസ്സായും
ശത്രുവിനെ പേടിച്ച് നിറം മാറുമ്പോൾ
തൊണ്ടയോളം കിടപ്പുള്ള ശ്വാസകോശം കണ്ട്
ചോരക്കൊതിയനെന്ന് വിധിച്ച്
ഉന്നം പിടിയിട്ട് ഒരേറ്
വേലിക്കൽ കണ്ട് പോയാൽ
അപശകുനമെന്ന്
വിശപ്പിനെ ആട്ടിയകറ്റുന്ന തന്ത്രങ്ങളെ അതിജീവിക്കാൻ
നീട്ടിയെറിയുന്ന നാവിൽ

ഇളം കുഞ്ഞിന്റെ ചോരയെന്ന്
തവളയ്ക്ക്
ചീങ്കണ്ണിയിലുണ്ടായവനെന്ന്
ഒരു പുലഭ്യം തുപ്പൽ
എറിഞ്ഞുകൊല്ല, വഴിയാത്രക്കാരാ
ശാപഗ്രസ്തമായ ഈ മുഴക്കണ്ണുകൾ
ഇനിയെനിക്കു വേണ്ട
തലയ്ക്കേറ് കിട്ടുമ്പോൾ
കുത്തു ഭ്രമമുള്ളവർക്കായി
ഒരു പകർന്നാട്ടം കൂടി ബാക്കി
അന്ത്യനിമിഷങ്ങളിൽ
ശവപ്പെട്ടിയുടെ നിറം പൂണ്ടൊരു കിടപ്പുണ്ട്
ശവത്തെപ്പോലും വെറുതെ വിടാത്തവർക്കു വേണ്ടി
●

രാവുദിക്കുമ്പോൾ

രാവു തൊട്ടു വിളിക്കുന്ന സൂര്യനെ
വാക പൂത്ത പുറങ്കടൽത്താഴ് വര
കന്നിമുല്ല നിലാവിന്റെ ശയ്യയിൽ
പൂത്തുപോയ് വെള്ള മിന്നാമിനുങ്ങുകൾ
കാറ്റുണർന്നു പകലിന്റെ തീമഴ
കോരിമാറ്റാൻ പണിപ്പെട്ട ചില്ലകൾ
കാട്ടുവള്ളിപ്പിണച്ചിൽ പ്രലോഭനം
നാവുനീട്ടിത്തുടുത്ത ഫണങ്ങളിൽ
രാവുദിക്കെ പിണങ്ങിയ കാറ്റുകൾ
മേഘവെൺമയെ പുൽകുന്ന വേളയിൽ
ഇന്നു ഞാൻ വരും പെണ്ണേ നിനക്കെന്റെ
ചങ്കചോപ്പിച്ച തെച്ചിയെ കാട്ടുവാൻ
ഒച്ചവയ്ക്കാ, തനങ്ങാതെ പിൻചെന്ന്
കൺതുടിപ്പിന്റെ തുമ്പിയെ നുള്ളുവാൻ
കണ്ണുനീരിന്റെ വിഷമജ്വരങ്ങളിൽ
കണ്ണുപൊത്തുന്ന വിഷുവദ്ദിനങ്ങളിൽ
കണ്ടിരിക്കാൻ, കണിപ്പെടാൻ കാർത്തികേ
നിന്നെമാത്രം നിനച്ചിരിക്കുന്നു ഞാൻ
രാക്കടമ്പുകൾ പൂക്കാതിരിക്കിലും
രാക്കുയിലുകൾ പാടാതിരിക്കിലും
രാത്രിയെക്കരിം വാവു പിടിക്കലും

രാക്കിനാവെന്റെ പിമ്പേ കുതിയ്ക്കിലും
ഒറ്റയാവാതിരിക്കുവാൻ, രാവിന്റെ
ഉൾത്തണുപ്പിൽ പനിക്കാതിരിക്കുവാൻ
നൽക, തീക്കനൽപ്പൂവിട്ടു തുന്നിയ
നിൻ കരിമ്പടം മാത്രം, പുതയ്ക്കുവാൻ

●

വഴക്കാളി

മിണ്ടാപ്പെണ്ണേ കേൾക്കാം നിന്നെ
മിഴിമുനയൊന്നു പിടയ്ക്കുമ്പോൾ
മൗനമുടച്ച കലമ്പാൻ നിന്നുടെ
കൺപീലിയ്ക്കെന്തുൽസാഹം
കാണാപ്പെണ്ണേ കണ്ടേൻ ഞാനൊരു
രാവുമുറിച്ചു കടക്കുമ്പോൾ
കനവൽക്കോണിൽ കീറിയമേഘ-
ത്തുണ്ടു പുതച്ചു കിടന്നു നീ.
ഇണങ്ങാപ്പെണ്ണേ മിണ്ടൂലെന്നൊരു
തൊണ്ണൂറ്റൊമ്പതു ചൊല്ലുമ്പോൾ
പിണക്കം തട്ടാച്ചില്ലയൊരുക്കും
കൂടൊന്നിൽ ചേക്കേറും നീ
ചിരിക്കാപ്പെണ്ണേ ചിലപ്പോഴെന്നെ
കണ്ടില്ലെന്നു നടിക്കുമ്പോൾ
കൺതടമെന്ത് തുടിപ്പു, കവിളിൽ
ചെന്താമരകൾ വിരിയുന്നു
പാടാപ്പെണ്ണേ പരിഭവമോതും
നേരം നിന്നുടെ കണ്ഠത്തിൽ
കുയിലൊന്നുണ്ടോ മൂളാ, നീണം
തേന്നൂറും സ്വരമാധുര്യം

പെണ്ണേ കൂട്ടിനു പോരാമോയെ-
ന്നെന്റെ വലം കൈ നീണ്ടപ്പോൾ
കയ്യിൽ വച്ചത് നിൻകരമല്ലാ
സ്പന്ദിക്കുന്നൊരു ചെമ്പനിനീർ

●

സെൻസർ ചെയ്യപ്പെട്ട വരികൾ

മിഥുനാകാശത്തെ നിറമേഘങ്ങൾ പോലെ...
നിർത്തു
ഇക്കാലത്ത് മിഥുനാകാശത്ത് നിറമേഘങ്ങളെവിടെ ?
ഉപമയ്ക്ക് ഒരു മാന്യത വേണം
അവൾ ഓർമ്മിപ്പിച്ചു
എങ്കിൽ
പൗർണമി നാളിൽ പരന്നൊഴുകുന്ന
നിറതിങ്കളിൽ നിലാവെയിലുപോലെ...
അരുത് കാല്പനികന്റെ പഴഞ്ചോർ വിളമ്പാൻ
ഉളുപ്പില്ലേ ചെക്കാ
അവൾ വിലക്കി
അപ്പോൾ അങ്കുശമുണ്ട്
ശരി ചാപല്യമളക്കാം
ഞാനടുത്ത ഉപമ തെരഞ്ഞു
മൊബൈൽ ഫോണില റേഞ്ച് കട്ടകൾ
നിറഞ്ഞു പൊട്ടുമ്പോലെ...
അവൾക്കനക്കമില്ല
നിന്നോടുള്ള പ്രണയമെന്നിൽ...
തുടരാൻ സിഗ്നൽ
നിറഞ്ഞു തുളുമ്പുന്നു പെണ്ണേ...
ഞാൻ കിതച്ചു

അവൾ പറഞ്ഞു
നിന്റെ പ്രണയം വരികളിലൂടൊഴുക്കുക
ആ കാവ്യചഷകം മോന്തി
ഞാനിന്ന് ഉന്മത്തയാവട്ടെ
എന്റെ പ്രണയം വരികളിലൂടൊഴുക്കിയതിന്
പോലീസെന്നെ കസ്റ്റഡിയിൽ വാങ്ങി
ചഷകം മോന്തിയവൾ വാളുവച്ചത്രേ
എഴുതാൻ ബാക്കി വച്ച വരികൾ ഉടച്ചും കളഞ്ഞു
കഷ്ടം
ഇനിയെങ്ങനെ കവിതയെഴുതും?
●

നല്ല നടപ്പ്

നാട്ടുവഴി
ഒരേദൻതോട്ടത്തെ
രണ്ടു വൻകരകളായി വിഭജിക്കുന്നു
തുടർച്ചയായ നടത്തം കൊണ്ട്
നൂൽവണ്ണത്തിലൊരു സഹാറ
പാടവരമ്പിൽ തഴമ്പുണ്ടാക്കി
പുഴമെലവുകളെ
അത്
സുതാര്യമായി മുറിച്ചു കടക്കുന്നു
നാട്ടുമ്പുറത്തുകാരുടെ
ഡിസ്കവറി ചാനലിൽ
സിപ്പ് ചെയ്യപ്പെട്ട നടപ്പു ദൂരങ്ങൾ
കുറുക്കുവഴികളായി രഹസ്യപ്പെടുന്നു
അതു വഴിപോകുമ്പോൾ
മുള്ളിനും കൊടിത്തൂവക്കും ചേരക്കും
ടോൾ കൊടുക്കേണ്ടി വരുമെന്നുമാത്രം
എങ്കിലും
അനാവശ്യമായ വളവുകളെ
അവ നിഷകരുണം തള്ളിപ്പറയും
തീർച്ച
കാലൊച്ചയടുക്കുമ്പോൾ മാത്രം
വഴിമാറുന്ന പൊന്തകൾക്കിടയിൽ
ഇപ്പഴും കാത്തിരിപ്പുണ്ട്
ഗൂഗിൾമാപ്പിന് അപ്രാപ്യമായ
ചിലനാട്ടുവഴികൾ

●